சிந்தனைகள் வாழ்க்கைக்காக

செந்தூர் செல்வன்

ஏலே பதிப்பகம்

சிந்தனைகள் வாழ்க்கைக்காக
ஆசிரியர் **©செந்தூர் செல்வன்**

முதற்பதிப்பு 2021
பக்கங்கள் 111

ISBN: 978-93-5533-033-8

புத்தகம் வெளியிடு
ஏலே பதிப்பகம்
aelaypublish@gmail.com
phone – 9944992571

Aelay Publish
www.aelaypublish.com

முன்னுரை

இன்றைய வாழ்க்கை முறையில் அனைவரும் பல விதமான சங்கடங்களையும், துன்பங்களையும் அனுபவிக்கிறார்கள். அந்த அனுபவங்களை பற்றியும், அதனால் ஏற்பட்ட விளைவுகள் பற்றியும், அதில் இருந்து மீள்வது பற்றியும் சிந்தனையாக வடிவமைக்க வேண்டும் என்ற ஆவல் என்னுள் எழுந்தது. அதன் வெளிப்பாடே **"சிந்தனைகள் வாழ்க்கைக்காக"** என்னும் இப்புத்தகம்.

துன்பங்களால் துவண்டு வாழ்பவர்களுக்கும், தோல்விகளால் வருந்தி வாழ்பவர்களுக்கும், துரோகத்தால் உடைந்து வாழ்பவர்களுக்கும் புது உற்சாகத்தையும், ஊக்கத்தையும் தந்து வாழ்க்கையில் வெற்றி பெற சிறந்த ஊக்க மருந்தாக இந்த நூல் விளங்கும்.

மேலும் இது எம்முடைய முதல் நூல் என்பதாலும், தமிழின் மேல் கொண்ட பற்றாலும் தமிழ் மொழிக்கும், தமிழ் மக்களுக்கும் இந்நூலை சமர்ப்பிக்கின்றேன். இந்நூலில் ஏதாவது குற்றம் குறைகள் இருந்தால் பொறுத்துக்

கொள்ளாமல் பொங்கி எழுந்து சுட்டிக்காட்டினால், மேலும் என்னை வளர்த்துக்கொள்ள உதவியாக இருக்கும் என்பதால் தவறுகளை யாராயினும் சுட்டிக் காட்டும்படி கேட்டுக்கொள்கின்றேன்.

இந்த புத்தகம் வெளிவருவதற்கு உதவிபுரிந்த **"ஏலே"** பதிப்பகத்தாருக்கு நன்றியைக் கூற கடமைப்பட்டிருக்கின்றேன்.

தமிழ் வாழ்க !!

அன்புடன்,

செந்தூர் செல்வன்

2/61, அம்மன் கோயில் தெரு,

எள்ளுவிளை, குதிரைமொழி,

தூத்துக்குடி மாவட்டம் - 628213.

Mobile:- 8270107424, 9944893689

பொருளடக்கம்

1) தேவை

"பூர்த்தியாகும்

வரை

பல் இழிப்பார்கள்;

பூர்த்தியான

பின்

புறக்கணிப்பார்கள்"

ஒரு சிலர் தனக்கான தேவைகள் மற்றவர் மூலமாக நடைபெற வேண்டி இருந்தால் அதற்காக தன்னை தரந்தாழ்த்தி கொண்டும் நடப்பார்கள். ஆனால் அதன் பின்னர் தேவை முடிந்தவுடன் நன்றி கூட செலுத்தாமல் அவர்களை புறக்கணித்து விட்டுச் செல்வார்கள்.

தேவைக்காக பழகும் இவர்கள் என்றும் நமக்கு ஆபத்தானவர்களே. இவர்களை போன்றவர்களை முதலிலேயே கண்டறிந்து அவர்களை விட்டு விலகி இருக்க கற்றுக்கொள்ள வேண்டும்.

2) காயம்

“காயப்படுத்த

நினைத்து

காயப்பட்டவர்களே

ஏராளம்”

மற்றவர்களை காயப்படுத்தும் எண்ணத்துடன் களமிறங்கி, அதற்கான வேலையில் முழுமூச்சுடன் செயல்படுபவர்களுக்கு அந்த சமயம் சாதகமாக அமையலாம்.

அவர்களின் எண்ணத்தை மற்றவர்கள் அறிந்தவுடன் காயமென்பது காணாமல் சென்று கோபமாக மாறி காயப்படுத்தியவனை அழித்து விடும்.

எனவே மற்றவர்கள் நம்மை காயப்படுத்தினாலும், மற்றவர்கள் நமக்கு தீங்கு விளைவித்தாலும், நாம் மற்றவர்களை காயப்படுத்தாமல் பொறுமையுடன் இருக்க கற்றுக்கொள்ள வேண்டும்.

3) குறை

"குறை கண்டு கூறுபவனை

பெருக்கிக் கொள்;

குறையை மட்டும் கூறுபவனை

சுருக்கிக் கொள்"

தக்க சமயங்களில் தவறு என்னவென்று அறிந்து, அதனை சுட்டிக்காட்டுபவர்களை கண்டறிந்து நட்பாக்கி கொள்ள வேண்டும்.

ஆனால் அதுவே இவரிடம் தவறு தென்படாதா என்ற எண்ணோட்டத்துடன் மட்டுமே பழகும் மனிதர்களின் நட்பை குறைத்துக்கொள்ள வேண்டும்.

இல்லையெனில் நமது தவறுகளை மட்டும் கண்காணிக்கும் நபர்கள், நாம் எதிர்பாராத நேரத்தில் நமக்கெதிராக திரும்பி நம்மை அடக்கி வாழ முயல்வார்கள் என்பதை உணர்ந்து, அவர்களிடமிருந்து விலகி வாழ கற்றுக்கொள்ள வேண்டும்.

4) தவறு

“தவிர்ப்பது

தவறல்ல;

தவிர்த்த பின்

தேடுவதே தவறு”

ஒன்றை வேண்டாமென்று தவிர்த்து ஒதுக்கிய பின் அப்பொருள் ஒதுக்கியவாறே இருத்தல் வேண்டும். ஆனால் மனித மனமானது நிச்சயம் இதனை ஏற்றுக்கொள்ளாது. முன் கோபத்தில் முன்னர் வேண்டாமென்று தவிர்த்திருப்போம்.

பின்னர் கோபம் தணிந்த பின் தவிர்த்த பொருளை தேடிச் சென்றால் அவமானமும், துன்பமும் தான் கிடைத்திருக்கும். எனவே ஒன்றை வேண்டாமென்று தவிர்த்த பின், அதை தேடிச் செல்வதோ, நாடிச் செல்வதோ தேவையற்ற விளைவுகளையும், துன்பத்தையும் ஏற்படுத்தும் என்பதை கற்றுக் கொள்ள வேண்டும்.

5) மாமனிதன்

“பெற்றோரின் உணர்வுக்கு

மதிப்பளித்தால் மனிதனாவாய்;

மற்றவர்களின் உணர்வுக்கும்

மதிப்பளித்தால் மாமனிதனாவாய்”

பல தருணங்களில் நாம் பெற்றவர்களின் கருத்துக்கு மதிப்பளிக்காமல் சென்று ஆபத்தில் சிக்கி கொள்வோம். அதன் பின் அவர்களின் கருத்தில் உள்ள அனுபவத்தை உணர்வோம்.

ஆதலால், பெற்றோரின் உணர்வை அறிந்து அவர்களின் மனம் புண்படாதவாறு நேர்த்தியாக செயல்பட்டால் சமூகத்தில் மதிப்புமிக்க மனிதனாக மாறலாம்.

அது போல் மற்றவர்களின் உணர்வையும் அறிந்து அதற்கேற்றவாறு சாமர்த்தியாக செயல்பட்டால் சமூகமே மதிக்கும் மனிதனாக மாறலாம் என்பதை அறிந்து வாழ கற்றுக்கொள்ள வேண்டும்.

6) தடுமாற்றம்

"தடை மாற்றமடையும்

போது

தடுமாற்றமடையாதே"

வாழ்க்கை என்பது தடைகளால் மட்டும் தான் நிறைந்தது என்று கூறும் அளவிற்கு பல தடைகளை சந்தித்து தோல்வியுற்று வெறுத்து வாழ்ந்திருப்போம்.

ஏன் எனக்கு மட்டும் இத்தனை தோல்விகள் என்று வருத்தமடையாத நாட்களே இல்லை என்று கூறும் அளவிற்கு துன்பம் ஏற்பட்டிருக்கலாம்.

ஆனால் சில சமயங்களில் தடைகள் தானாகவே விலக ஆரம்பித்து வெற்றிக்கான வழிகள் பிறக்க தொடங்கும். வாழ்க்கைக்கான வெளிச்சம் தெரிய தொடங்கும் சமயங்களில் தடுமாற்றமடையாமல் நிதானமாகவும் சாதூர்யமாகவும் செயல்பட்டு வெற்றியை அடைய கற்றுக்கொள்ள வேண்டும்.

7) கனவு

"கனவு மெய்யாகும்
என நினைப்பதை விட
கனவை மெய்ப்பிப்பேன்
என நினைத்து செய்"

இன்றைய உலகில் பலர் நான் அவ்வாறு வாழப் போகிறேன், இவ்வாறு வாழப் போகிறேன் என்று பகல் கனவு மட்டுமே காண்கின்றனர். கனவென்பது நாம் வருங்காலத்தில் எவ்வாறு இருக்க வேண்டும் என பகல் கனவு காண்பதில் மட்டும் இருத்தல் கூடாது.

காணும் கனவை முழுதாக நிறைவேற்ற என்னென்ன வழிகள், முயற்சிகள் உள்ளது என்பதை அறிந்து, அதனை மெய்ப்பிக்க வேண்டிய செயல்களை தொடங்கி ஊர் போற்றும் மனிதனாக வாழ்வதற்கான முயற்சியை மேற்கோண்டு கனவை மெய்ப்பித்து வாழ கற்றுக்கொள்ள வேண்டும்.

8) மனப்பக்குவம்

“தோல்வியை ஒப்புக்கொள்ளும்

மனப்பக்குவம் வந்தவனே,

வெற்றியை அனுபவிப்பதற்கு

தகுதி பெற்றவன்”

நாள் பகலாக கண்விழித்து கஷ்டப்பட்டு உழைத்து பாடுபட்டு வெற்றி பெறும் போது மகிழ்ச்சியில் தலை கால் புரியாமல் ஆடுவார்கள்.

அதுவே வெற்றிக்கு பதிலாக தோல்வி நேர்ந்து விட்டால் உலகமே அழிந்தது போல் சோகத்தில் மூழ்குவார்கள்.

தன்னம்பிக்கையும் முயற்சியும் கொண்டு வெற்றி பெற்று விட்டால் மட்டும் போதுமானது அல்ல.

அந்த வெற்றியானது காலம் முழுவதும் நிலைக்க தோற்கடிக்கப்படும் போது ஒத்துக் கொள்ளும் மனப்பக்குவத்தையும் கற்றுக்கொள்ள வேண்டும்.

9) தொடர்ச்சி

"தொடர்ந்து செயல்படுத்திக்

கொண்டே இரு..

பலன் அதுவாக கிடைக்க

துவங்கும்"

ஒன்றை துவங்கும் போதோ அல்லது வித்தியாசமாக ஏதேனும் செய்யும் போதோ ஆரம்பத்தில் தோல்விகளும், கேலிகளும், அவமானங்களும் தான் கூலியாக கிடைக்கும்.

ஆனால் அதனால் மனம் சோர்வடைந்து வருத்தப்பட்டு ஓரமாக உட்காருபவனால் சாதிக்க இயலாது.

மாறாக அதையே சாதகமாக எடுத்துக் கொண்டு தொடர்ந்து அச்செயலை செயல்படுத்தி கொண்டு இருந்தால் கட்டாயம் ஒரு கட்டத்தில் வெற்றியை அதுவே கையருகே கொண்டு வந்து விடும் என்பதை உணர கற்றுக் கொள்ள வேண்டும்.

10) வெறுப்பு

“விரும்பும்

போது விலகுவதும்,

விலகிய

பின் விரும்புவதும்

விருப்பமானவரை வெறுப்பாக்கும்”

தானாக வந்து உறவை மேம்படுத்த பழகும் போது அவரை கண்டுகொள்ளாமல் தவிர்த்து விலக்கி விடுவார்கள். பின்னர் உறவை தேடி சென்றால், உறவு பழைய விதத்தில் அமையாது.

மற்றவரிடமிருந்து அன்பு கிடைக்கும் போது அதனை உதாசீனப்படுத்தி விட்டு, விலகிச் செல்லும் போதே உடைந்து விடுகிறது உங்கள் மேல் அவர் கொள்ளும் பாசம்.

பின்னர் அந்த அன்பின் ஆழம் உணர்ந்து தேடிச் சென்றாலும் அதனால் பயனொன்றுமில்லை என்பதை உணர கற்றுக் கொள்ள வேண்டும்.

11) அருமை

"நம்மை தேடி வந்தவையின்

அருமை,

நாம் தேடிச் செல்லும் போது

தான் புரியும்"

ஒரு பொருள் எந்தவித முதலீடும் இல்லாமல் தானாக கிடைக்கும் போது அதனை நாம் மதிப்பதும் இல்லை, அவற்றின் பயனை புரிந்து கொள்வதுமில்லை. அப்பொருளானது நம்மால் பராமரிக்கப்படாமல் இருந்தாலும், நமக்கான பயனை கொடுத்துக்கொண்டே தான் இருந்திருக்கும்.

ஆனால் அப்பொருள் நம்மை விட்டு விலகும் போதோ அல்லது நாம் தேடிச் செல்லும் போதோ தான் அவற்றின் அருமை நமக்கு புரிகிறது. இதை தொடக்கத்திலேயே புரிந்து அனைத்து பொருள்களையும் மதிக்க கற்றுக் கொள்ள வேண்டும்.

12) அணைப்பு

"விட்டுச் சென்றதை

நினைத்து கெஞ்சுவதை விட,

விட மறுப்பதை

அணைத்து கொஞ்சலாம்"

ஒருவர் மீது ஏற்பட்ட ஈர்ப்பின் காரணமாகவோ அல்லது விருப்பத்தின் காரணமாகவோ அவரை மிகவும் பிடித்து விடுகிறது. அவருக்கோ நம்மை பிடிப்பதில்லை. ஆனால் அவருக்கு நம்மை பிடிக்கவில்லை என்றாலும், அவரை தொடர்ந்து கெஞ்சி பழக முயற்சிப்போம்.

இது பல சமயங்களில் நமக்கு காயத்தை தான் தந்திருக்க கூடும். நாம் தேடிச் செல்லும் நபர் நம்மை நிராகரித்தவுடன், அவரிடம் கெஞ்சுவதை விட, நம்மை தேடி வந்தவர்கள் தான் என்றும் நமக்காக இருப்பார்கள் என்பதை உணர்ந்து அவர்களுடன் வாழ கற்றுக்கொள்ள வேண்டும்.

13) கொந்தளிப்பு

"அனைத்தையும் சகித்து

கொண்டிருப்பவன்

ஆழிப்பேரலையின் சீற்றத்தை விட

கொந்தளிப்பானவன்"

ஒரு சிலரை பார்த்தால் அமைதியாக கோபமின்றி முகத்தில் புன்னகையை மட்டும் வெளிப்படுத்துவது போல் தெரியும். ஆனால் அவர்களின் சுபாவங்களை உன்னிப்பாக கவனித்தால் பல உண்மைகள் வெளிப்படும்.

தனக்கு நேரும் அனைத்து துன்பங்களையும், கொடுமைகளையும், அவமானங்களையும் பொறுத்துக் கொண்டு அமைதியாக வாழ்பவனின் உள்மனம், சீற்றத்தை அதிகமாக அள்ளித்தெளிக்கும் ஆழிப்பேரலையை விட கொந்தளிப்பு மிகுந்ததாக இருக்கும் என்பதை உணர்ந்து கற்றுக் கொள்ள வேண்டும்.

14) முரண்

“கண்ணீர் விட்டு

அழுபவன் கவலையானவனெனவும்,

வாய் விட்டு

சிரிப்பவன் மகிழ்ச்சியானவனெனவும்

கருதுவது அடிமுட்டாள்தனம்”

வெளித்தோற்றம் பெரும்பாலான சமயங்களில் நாம் காண்பது போல் இருப்பதில்லை.

சில தருணங்களில் போலியாக கண்ணீர் வடிப்பது போன்று தெரியும். ஆனால் மனதுக்குள் மகிழ்ச்சி பொங்கி ஆர்ப்பரித்து கொண்டிருக்கும்.

இன்னும் சில தருணங்களில் வெளித்தோற்றத்தில் மிகவும் சிரித்தவாறு காணப்படும். ஆனால் மனதுக்குள் வலி ரணமாகி உணர்ச்சி மிகுதியில் அழுது கொண்டிருக்கும் என்பதை உணர கற்றுக் கொள்ள வேண்டும்.

15) நடத்தை

“சிலவை கற்றுக்கொண்ட

பின் தான் வெளிவரும்

என்றில்லை;

நடத்தையின் மூலமே

வெளியாகிடும்”

மற்றவர்கள் மூலமோ அல்லது தானாகவோ கற்றுக் கொள்ள ஆரம்பிக்கும் தவறுகள் அதனை கற்று முடித்த பின் தான் வெளிவரும் என்றல்ல.

அதனை கற்றுக் கொள்ள ஆரம்பித்த பின் அவர்களின் நடவடிக்கையில் ஏற்படும் மாற்றங்கள் மூலமே தெரிந்து விடும்.

வாழ்க்கை வாழ்வதற்கும் வழிவகுக்கும், வீழ்வதற்கும் வழிவகுக்கும். எது சரி, எது தவறென்று கண்டுபிடித்து, நாம் தான் சரியான பாதையை தேர்ந்தெடுத்து, அதன் வழியில் செல்ல கற்றுக் கொள்ள வேண்டும்.

16) மெய்

"குழுவாக பொய்யாக
இருப்பதை விட,
தனியாக மெய்யாக
இருப்பதே சிறப்பு"

தவறான பாதையில் மற்றவர்கள் செல்வதைக் கண்டு அவர்களை தடுத்து அதை நீ சுட்டுக்காட்டும் போது, தவறின் மேல் இருக்கும் போதையாலும், துணைக்கு இருக்கும் நண்பர்களின் தைரியத்தாலும் உன்னை ஒதுக்கி தள்ளி விடுவார்கள். அதற்காக அஞ்சி அவர்களுடன் சேர்வது மிகவும் தவறாகும். உலகமே தவறின் பக்கம் இருந்தாலும், நீ உண்மையின் பக்கம் இருந்தாயென்றால் உன்னை வெல்வதற்கு யாரும் இங்கில்லை.

எனவே குழுவாக சேர்ந்து பொய்யாக வாழ்வதை விட, தனியாக உண்மையோடு வாழ கற்றுக்கொள்ள வேண்டும்.

17) போலி

“போலியான

அன்பே

இன்று பலரிடமிருந்து,

பலவகைகளில் பெறப்படுகின்றது”

சமயத்திற்கு ஏற்றவாறு அன்பை செலுத்தி ஆதாயம் பெற்றுக்கொள்வது தான் இன்றைய வாழ்வின் எதார்த்தம். இதுவே நியாயமென கருதும் முட்டாள்கூட்டம் நிறைந்த உலகம் இது.

இன்றைய காலத்தில் மற்றவர்கள் கண்ணுக்கு அன்பாக தெரிவது போல் நடிப்பது தான், இன்று பலருக்கு வாடிக்கையாக உள்ளதே தவிர, உண்மையான அன்பை செலுத்தி உறவை மேம்படுத்த வேண்டும் என்ற எண்ணம் குறைந்து கொண்டே வருகிறது என்பதை புரிந்து நம்முடன் பழகுபவர்களிடமாவது உண்மையான அன்புடன் பழக கற்றுக்கொள்ள வேண்டும்.

18) நிதானம்

“பல சமயங்களில்

நிதானமாக

வேடிக்கை பார்ப்பதே

சாலப்பொருத்தமானது”

நமக்கு எதிராகவோ அல்லது நம்மை கோபப்படுத்தும் விதமாகவோ யாரேனும் நம்மிடம் நடந்து கொண்டால், அத்தகைய தருணங்களில் கோபத்துடனோ அல்லது அவர்களுக்கு எதிராக வன்முறையில் ஈடுபடுவதோ நமது மனநிம்மதியை தான் கெடுக்கும்.

அத்தகைய சமயங்களில் அமைதியாக என்ன நடக்கிறது என்பதை பார்த்து அதற்கேற்றவாறு புத்திசாலித்தனமாக செயல்படுவதே சாலச்சிறந்தது. நிதானம் ஒன்றே வெற்றிக்கு உறுதுணையாக இருக்கும் என்பதை புரிந்து செயல்பட கற்றுக்கொள்ள வேண்டும்.

19) தேக்கம்

"தேக்கி வைப்பது தவறல்ல,

ஆனால்

தேங்கி சாக்கடையாகும் முன்

பயன்படுத்தி விடு"

பலர் உழைக்கும் காலமான தற்போது சேமித்தால் தான், பின்னால் உழைக்க இயலாத நேரங்களில் பயன் தரும் என்ற எண்ணத்தோடு சேமிக்க தொடங்குவார்கள். என்ன விஷயமாக இருந்தாலும் அவற்றை சேமிப்பது தவறல்ல.

ஆனால் சேமிப்பது தான் தனது முதன்மையான நோக்கமென கருதி சேமித்து விட்டு, பின்னர் அவற்றை உபயோகிக்கும் நேரம் வரும் போது உபயோகிக்காமல் தள்ளிப்போடுவது, அவற்றை வீணடிப்பதற்கே சமமாகும் என்பதை உணர்ந்து கற்றுக் கொள்ள வேண்டும்.

20) மகிழ்ச்சி

"மகிழுங்கள்;

இழந்து விட்டோம்

என்பதற்கல்ல;

உணர்ந்து விட்டோம்

என்பதற்காக"

நீண்ட நாள் பழகிய நெருங்கிய நபர் நம்மை ஏமாற்றியது தெரிய வந்து அவர்களை துரத்தி விட்ட பின், அவரை நினைத்து அழுவதில் எந்த வித பயனும் கிடைக்காது. ஏமாற்றிய நபர் இதனால் வருத்தமடையமாட்டார்கள்.

ஒன்றை இழந்ததற்காக வாடி வருந்தி ஓரமாக ஒதுங்கி இருப்பதை விட, இப்பொருள் சென்றால் என்ன, வேறு பொருள் இதனை விட சிறப்பாக நமக்கு கிடைக்கும் என உணர்ந்து மகிழ்ச்சியுடன் வேறு வேலையை தொடங்கி சிறப்பாக வாழ கற்றுக் கொள்ள வேண்டும்.

21) உழைப்பு

“நேற்று நடந்ததை

நாளை மாற்றிட

இன்று நன்கு

உழை”

கடந்த காலங்களில் நமக்கு பல இன்னல்களும், துயரங்களும் ஏற்பட்டிருக்கலாம். ஆனால் அதற்காக மனமுடைந்து இருப்பது எந்தவித பயனையும் தராது.

நேற்று தனக்கு ஏற்பட்ட அவமானங்களையும், கொடுமைகளையும் மனதில் நிறுத்தி, நாளை அது தனக்கு நிகழாத வண்ணம் தனது எதிர்கால வாழ்வை சிறப்புமிக்கதாக மாற்றியமைக்க இன்றிலிருந்து போராடுபவனே ஊர் போற்றுமளவு சிறப்பையும் புகழையும் பெறுவான் என்பதை உணர்ந்து வாழ கற்றுக் கொள்ள வேண்டும்.

22) தாக்கம்

“சிலவற்றின் தாக்கத்தால்

பலவற்றை தவிர்ப்பதை விட,

தாக்கம் ஏற்படுத்திய

சிலவற்றை தவிர்க்கலாம்”

சில பொருளின் மீது ஏற்பட்ட கோபத்தை, அதன் மீது காட்ட இயலாமல், நம்முடன் சரியாக இருக்கும் மற்ற பொருள்களின் மீது காட்டி அதையும் நம்மிடம் இருந்து தூரமாக்குகிறோம். அந்த பொருள்கள் தனக்கு ஏற்படுத்திய கொடுமைக்காக ஏனைய அனைத்து பொருள்களையும் தவிர்ப்பதோ அல்லது உதாசீனப்படுத்துவதோ என்றும் நீதிக்கு முறையாகாது.

ஆகவே எப்பொருள் நமக்கு தாக்கத்தை கொடுத்ததோ, அத்தகையவற்றை மற்றும் விலக்கி வைத்து விட்டு, மற்றவையுடன் இனிமையாக வாழ்வதே சிறப்பு என்பதை உணர்ந்து வாழ கற்றுக் கொள்ள வேண்டும்.

23) போராட்டம்

“இலக்கை அடையும் வரை

போராடுபவன் சிறப்பாக வெல்வான்;

வாழ்க்கை முடியும் வரை

போராடுபவன் சிறப்பாக வாழ்வான்”

இலக்கு என்னவென்று அறிந்து அதற்காக போராடினால் அத்தகைய இலக்கை எவ்வித தடையுமின்றி அடையலாம்.

ஆனால் அந்த இலக்கை அடைந்தவுடன் ஏற்படும் கர்வத்தினால் அதை தக்க வைக்க போராடும் எண்ணம் நம்மை விட்டு விலகி விடுகிறது.

எவனொருவன் இலக்கை அடைந்த பின்னரும் அதை தக்கவைக்க போராடுகிறானோ அவனே வாழ்க்கையில் வெற்றி பெறுகிறான்.

எனவே கர்வமின்றி, போராடும் குணத்தை கைவிடாமல் வாழ கற்றுக் கொள்ள வேண்டும்.

24) தனித்தன்மை

"உனது தனித்தன்மை

வெளிப்பட,

உனக்கே உரியவற்றை

உன்னுடைய பாணியில்

செயல்படுத்து"

வெற்றியை பெறுவதற்கு முயற்சியும் பயிற்சியும் இருந்தால் போதுமானது தான். ஆனால் வெற்றியில் பலவகை உண்டு. சில வெற்றிகள் சில காலம் மட்டுமே மற்றவர் மனதில் இருக்கும்.

நீண்ட காலம் மக்கள் மனதில் அழியாத சுவடாய் தடம் பதிக்கும் வெற்றியை பெற உனது தனித்தன்மை அங்கு வெளிப்பட்டாக வேண்டும்.

அத்தகைய தனித்தன்மையானது உன்னுடைய பாணியில் உனக்கே உரியவையாக இருப்பது அவசியம் என்பதை உணர்ந்து செயல்பட கற்றுக் கொள்ள வேண்டும்.

25) மரியாதை

"மிதிப்பது யாராக

இருந்தாலும்,

மதிப்பது நீயாக

இரு"

பொறுமை என்பது முன்னேற்றத்திற்கும் வெற்றிக்கும் மிகவும் உதவியாக இருக்கும் என்பதை முதலில் புரிந்து கொள்ள வேண்டும்.

ஒரு கன்னத்தில் அறைந்தால் மறு கன்னத்தை காட்டு என்பது போல, உன்னை அவமானப்படுத்துபவரையும் மதித்து கருணையுடன் நடந்து கொள்.

அத்தகைய கருணை உன்னை மற்றவர் முன் தரம் உயர்த்தி காட்டுவது மட்டுமல்லாமல், உன் மீது தனி அபிப்பிராயத்தையும் அவர்களுக்கு ஏற்படுத்தும் என்பதை கற்றுக் கொள்ள வேண்டும்.

26) செதுக்கு

"செதுக்க இயலாதவற்றை
ஒதுக்கு;
ஒதுக்க இயலாதவற்றை
செதுக்கு"

கையில் இருக்கும் வேலையை செய்து விட்டு தான், அடுத்த வேலையை செய்ய வேண்டும். ஆனால் பல சமயங்களில் நாம் கையில் இருக்கும் வேலையில் கவனம் செலுத்துவது இல்லை. இதனால் எதிலும் வெற்றி கிடைப்பதில்லை.

எவ்வளவு கடினப்பட்டும் செய்ய இயலாமல் இன்னல் பட்ட வேலைக்காக நேரத்தை வீணடிப்பதை விடுத்து, எளிதில் இதனை விரைவாக செய்து விடலாம் என்று தள்ளி வைத்த அமிர்தம் போன்ற வேலை ஒன்றில் அத்தகைய நேரத்தை பயன்படுத்தி சாதுர்யமாக வெற்றியை செதுக்கி விடலாம் என்பதை உணர்ந்து வாழ கற்றுக் கொள்ள வேண்டும்.

27) நன்மை

“நல்லதை தேடி செய்;

நாடி வருவதும்

நன்மையாகவே வரும்”

வாழ்க்கை பல சமயங்களில் தவறுகளில் ஈடுபட வாய்ப்புகளை ஏற்படுத்தும். ஆனால் அதில் ஈடுபடாமல் மனக்கட்டுப்பாட்டுடன் இருக்க வேண்டும்.

தவறு செய்தால் மற்ற யாருக்கும் தெரியாது என்ற சூழ்நிலையில் கூட மனம் தடுமாறாமல் மனதை ஒருநிலைப்படுத்தி நல்லதை மட்டும் தேடி செய்ய வேண்டும்.

அவ்வாறு செய்பவர்க்கே நாடி வரும் அனைத்தும் நன்மையானதாகவும், அவர் விரும்பும் வண்ணம் மனதுக்கு நிறைவாகவும் அமைய அந்த ஆண்டவன் அருள்புரிவான் என்பதை உணர்ந்து வாழ கற்றுக் கொள்ள வேண்டும்.

28) பேராசை

"மேலும் கிடைத்தாலென்ன

என்று

பேராசைப்படுவதை விட,

கிடைத்ததை தக்க வைக்க நினை"

தேவையானவற்றை அடைந்த பின்னும் பலருக்கு பேராசை என்னும் நோய் விடாமல் ஆட்டிப்படைக்கிறது. இது இருப்பதை இழப்பதற்கான அறிகுறியாகும்.

ஒன்றை தவமாய் தவமிருந்து பெற்ற பின்னரும் பேராசை அடங்காமல் மேலும் வேண்டுமென்று அதனை தேடிச் செல்ல தான் பலரும் நினைக்கின்றனரே தவிர, கிடைத்த பொருளுடன் நிம்மதியாக வாழவோ அல்லது கிடைத்த பொருளை தக்க வைக்கவோ ஒருவரும் நினைப்பதுமில்லை, முன்வருவதுமில்லை என்பதை புரிந்து நாம் சரியாக வாழ கற்றுக் கொள்ள வேண்டும்.

29) தியாகி

"எதிர்த்து

எதிரியாவதை

விட,

தவிர்த்து

தியாகியாகி

விடு"

சூழ்நிலைகளே எதிரிகளை உருவாக்குகிறது. சூழ்நிலைகளை திறம்பட கையான்டால் எதிரியும் உன் வசம் வந்து விடுவார்கள்.

நம்மை எதிர்த்து சண்டையிட எத்தனிக்கும் நபர்களிடம் எதிர்த்து வீண் சண்டையை வளர்த்து கெட்டவனாக மாறுவதற்கு பதில், அத்தகைய சண்டையை தவிர்த்து விலகி தியாகியாக மாறினால், எதிரியும் உன் நண்பனாவான்.

ஆகவே பொறுமையை ஆயுதமாக கொண்டு செயல்பட கற்றுக் கொள்ள வேண்டும்.

30) திறமை

"உனது பயிற்சியும், உனது முயற்சியும்

தொய்வின்றி தொடர்ந்தால்,

உனது அசாத்திய திறமை உலகிற்கு

வெளிச்சமாகும்"

விடாமுயற்சியோடு கடின உழைப்பையும், வேலையை தொடங்கும் போது செலுத்தும் பலர், வேலை நடைபெறும் போது அதனை தொடருவதில்லை. வேலையை தொடங்கும் போது இருக்கும் ஆர்வம், அதை மேலும் தொடரும் போது இல்லாமல் சென்று விடுகிறது.

வேலையை தொடங்கும் போது காட்டும் ஆர்வத்தினையும் உழைப்பையும், வேலை முடியும் வரை தொடர்ந்தால் மட்டுமே உனது அசாத்திய திறமை வெளிப்படும் என்பதை உணர்ந்து உழைக்க கற்றுக்கொள்ள வேண்டும்.

31) துவக்கம்

"தோல்வியால்

துவண்டு விடாதே;

மன வலிமையால்

துவக்கி விடு"

மிகவும் கடினப்பட்டு இராப்பகலாக கண்விழித்து, உழைத்தும் தோல்வி ஏற்பட்டால் மனம் உடைந்து விட கூடாது.

சாதனைக்கான வேலையில் இறங்கும் போது துவக்கத்தில் தோல்விகள் தான் ஏற்படும். ஆனால் அதற்காக துவண்டு விடுவது வெற்றிக்கு வழிவகுக்காது.

மாறாக தோல்வி தான் வெற்றிக்கு படிக்கட்டு என்பதை உணர்ந்து சாதனைக்கான வேலையை திரும்பவும் துவக்கி விட்டால் வெற்றி நிச்சயம் என்பதை கற்றுக்கொள்ள வேண்டும்.

32) திருத்தம்

“கொட்டி

திருத்துவதை விட,

பட்டு

திருந்த விடு”

சிலர் செய்யும் தவறினை திருத்த முயல்வதில் தவறல்ல. கண்முன்னே தவறு நடக்கும் போது அதை சுட்டிக்காட்ட வேண்டும். ஆனால் எவ்வளவு தான் எடுத்துக் கூறியும் திருந்தாத ஒரு சிலரை நம்மால் திருத்த இயலாது.

அதற்காக வருத்தப்படுவதை விடுத்து நம்முடைய வேலைகளில் நாம் ஈடுபடுவதே சரியாகும். அவர்களுக்காக வாடி வருந்தி நமது வேலைகளில் தொய்வை ஏற்படுத்தி விடக்கூடாது.

காலம் தானாக அவர்களை நல்வழிப்படுத்த, அவர்கள் வழியில் சென்று அவர்களை திருத்தும் என்பதை உணர கற்றுக்கொள்ள வேண்டும்.

33) தூரம்

"பாரமாய்

இருப்பதை விட,

தூரமாய்

இருந்து விடு"

நம்மை மற்றவர்கள் பாரமாக கருதுகிறார்கள் என்பதை உணர்ந்து விட்டால் அவர்களிடம் மேலும் சென்று புரிய வைப்பது பயனை தராது. மாறாக துன்பத்தையும், துயரத்தையும் தான் தரும்.

அனைத்து இக்கட்டான நேரங்களிலும் உறுதுணையாக, உற்ற தோழனாக இருந்து கைகொடுத்த உன்னையே, பாரமாய் அவன் நினைக்கும் போது, அறிவில்லாமல் அவன் மீது கோபம் கொண்டு அவனை எதிர்த்து சண்டையிட்டு விரோதியாவதை விட, பழகிய பழக்கத்தை கருத்தில் கொண்டு தூரமாக விலகி விடுவதே நன்று என்பதை உணர்ந்து வாழ கற்றுக் கொள்ள வேண்டும்.

34) அனுபவம்

"அடிபட்டு வரும்

அனுபவம்,

அறிவுரையை விட

சிறந்தது"

தவறான வழியில் செல்லும் ஒருவனை எவ்வளவு தான் தடுத்து, "இது தவறான பாதை; இவ்வாறு செல்வது ஆபத்தில் தான் முடியும்" என்று அறிவுரை கூறினாலும் அது அவன் மண்டையில் ஏறாது.

மாறாக அந்த பாதையில் செல்பவனை செல்ல விட்டு விட வேண்டும்.

அதனால் அடிபட்ட பின்பு தன் தவறை அவன் உணர்வான். அனுபவத்தால் திருந்தும் போது தான் மனதில் ஆழமாக பதியும் என்பதே நிதர்சனமான உண்மை என்பதை உணர்ந்து நடப்பதை அதன் போக்கில் விட கற்றுக்கொள்ள வேண்டும்.

35) தொலைநோக்கு

"தொலைத்து விட்டோமே என்று

மற்றவர்கள் வருந்துமளவு,

தொலைநோக்குப் பார்வையோடு

செயல்படு"

மற்றவர்கள் இன்று நம்மை வெறுத்து ஒதுக்குவது கண்டு வருத்தப்படாமல், உன் வேலை என்னவோ அதில் மட்டும் கருத்தாக செயல்பட்டு வெற்றி பெற வேண்டும் என்ற தொலைநோக்குப் பார்வையோடு செயல்படு.

அதன் பின்னர் அவர்களே நினைப்பர், இத்தகைய நண்பனையா இவ்வளவு காலம் வெறுத்து ஒதுக்கினோம் என்று வருந்துவர். வருந்துவதோடு மட்டுமல்லாமல் அவர்களே உன்னை நாடி வருவர்.

ஆகவே தொலைந்து சென்றவர்களை நினைத்து வருந்தி, வாழ்க்கையை தொலைத்து விடாமல் கவனமுடன் செயல்பட கற்றுக்கொள்ள வேண்டும்.

36) நிம்மதி

“இழந்தவனை விட

இருப்பவனே

நிம்மதியின்றி அலைகிறான்”

ஏதேனும் ஒன்றுக்காக ஆசைப்பட்டு அதனை அடையும் தருவாயில் தன்னை விட்டு விலகிய போது ஏற்படும் வருத்தம் கூட ஒரு சில நாள் தான். ஆனால் அதை அடைந்து விட்டு, அதனை தக்க வைக்க நிம்மதியின்றி படும் பாடு இருக்கே அதை வார்த்தையில் கூற இயலாது.

என்று ஆபத்து வரும், எவ்வாறு ஆபத்து வரும், ஆபத்து வந்தால் எப்படி சமாளிப்பது என்று சிந்தித்து அந்த பொருளை பாதுகாப்பதற்க்கே தங்களது வாழ்நாள் முழுவதையும் செலவழித்து நிம்மதியின்றி தவிப்பார்கள். மடியில் கணமிருந்தால் வழியில் நிச்சயம் பயம் இருக்கும் என்பதை புரிந்து வாழ கற்றுக்கொள்ள வேண்டும்.

37) இழப்பு

"சிலவற்றை நிறைவேற்ற

பலவற்றை

இழக்க வேண்டும்"

உன்னுடைய குறிக்கோளை அடைவதற்கு பயிற்சியும், முயற்சியும் மட்டும் இருந்தால் அந்த வெற்றியில் சுவாரஸ்யமும், அந்த குறிக்கோளை அடைவதற்கு தேவையான வேட்கையும் குறைந்தே காணப்படும்.

ஆனால் அதனுடன் இழப்பையும் சந்தித்தால் மட்டுமே சாதிக்க வேண்டுமென்ற வெறி நெஞ்சில் உரமாக பாயும்.

தோல்வி கொடுக்கும் வலியால் போராடுபவனே மிகச் சிறந்த முறையில், யாரும் இதுவரை செய்திடாத சாதனைகளை செய்திடுவான் என்பதை உணர்ந்து இழப்பை ஏற்று ஜெயிக்க கற்றுக் கொள்ள வேண்டும்.

38) கண்மூடித்தனம்

“கண்மூடித்தனமான நம்பிக்கை,

வாடி வருந்துமளவு

பாதிப்பை ஏற்படுத்தி விடும்”

தேவையான நேரத்தில் தேவையான உதவியை அவர் செய்து இருக்கலாம். அனைத்து நேரங்களிலும் நமக்கு தேவையான ஆலோசனையை அவர் சரியாக வழங்கி இருக்கலாம்.

அவரை போல் நமக்கு ஆதரவு தரும் நபர் யாரும் இல்லை என்பது போல் பிம்பத்தை ஏற்படுத்தியிருக்கலாம்.

ஆனால் அதற்காக அவர் மீது கண்மூடித்தனமான நம்பிக்கை வைப்பது என்றும் நல்லதல்ல. அது நாம் எதிர்பாராத சமயங்களில் நமக்கே வினையாக அமைந்து வாடி வருந்துமளவிலான பாதிப்பை ஏற்படுத்தி விட்டு சென்று விடும் என்பதை புரிந்து வாழ கற்றுக்கொள்ள வேண்டும்.

39) திறமை

"தகுதி தான்

தீர்மானிக்கிறது என்று

கூறிய வேளையில்,

திறமை தீர்ப்பெழுதி விட்டு சென்றது"

நமது தகுதிக்கு தகுந்தாற் போல் தான் நாம் செயல்பட வேண்டும். உன்னுடைய தகுதிக்கு இதுவே பெரிது தான். ஆகவே இதனுடன் முடித்து விட்டு சென்று விடு என எவறேனும் கூறினால் அதைக் கண்டு கலங்காதீர்.

அவர்களிடம் வீண் விவாதங்களில் ஈடுபடாமல் மிகவும் பாடுபட்டு அடுத்த கட்ட செயல்களில் இறங்கி வெற்றி கண்டு அவர்கள் முன் நிமிர்ந்து நில்லுங்கள். உங்களின் பார்வை கம்பீரத்தால் அவர்கள் கூனிக்குறுகி போவார்கள் என்பதை புரிந்து திறமையை வெளிப்படுத்தி வெற்றி கண்டு, உங்களுடைய தகுதி என்னவென்று அவர்களுக்கு உணர்த்த கற்றுக்கொள்ள வேண்டும்.

40) துணிச்சல்

"தூரம்

பெரிதல்ல;

துணிந்து

ஓடு"

"இதை நம்மால் செய்ய முடியுமா?, நமக்கு உண்மையில் இதற்கான திறமை இருக்கிறதா?", என்று உங்களை நீங்களே சந்தேகப்பட்டுக்கொண்டிருந்தால் வாழ்க்கையில் எந்த காரியத்திலும் வெற்றி பெற இயலாது.

"நினைத்து பார்க்கவே மலைப்பாக இருக்கிறதே, இதை எவ்வாறு நம்மால் முடிக்க இயலும்" என்ற எண்ணத்தை ஆரம்பத்திலேயே கிள்ளி எறிந்து விட்டு, சரியான திட்டமிடலோடு குறிக்கோளுக்கு தேவையான பயிற்சியையும் முயற்சியையும் செலுத்தி, ஓடிக் கொண்டே இருக்க கற்றுக்கொள்ள வேண்டும்.

41) ஆற்றல்

“மற்றவனால்

முடங்குபவனாய் இருக்காதே;

மற்றவனை

மடக்குபவனாய் இரு”

வெற்றிகளும் தோல்விகளும் மனித வாழ்வில் அனைவராலும் அனுபவிக்கப்படும் ஒன்றாகும்.

ஏதேனும் ஒன்றுக்காக போராடி அது கிடைக்காமல் போனதாலோ அல்லது தோல்வியை ஏற்படுத்தி கொடுத்ததாலோ வருத்தப்பட்டு, எங்கே மற்றவர்கள் நம்மை அசிங்கப்படுத்தி விடுவார்களோ என்ற பயத்தினால் ஓரமாக முடங்கி கிடப்பது, போராடிய அப்போராட்டத்தை அவமதிப்பதற்கு சமமாகும்.

தைரியமாக வெளி வந்து கேலி செய்பவர்களை சாமர்த்தியமாகவும் சாதுர்யமாகவும் பேசி மடக்குபவனாய் வாழ முயற்சி செய்ய கற்றுக்கொள்ள வேண்டும்.

42) வலி

"வலியை உணர்ந்தால்

மட்டுமே அதன்

தாக்கத்தை உணர முடியும்"

தோல்வியாலோ அல்லது ஏதேனும் இழப்பாலோ வருத்தப்பட்டு அமர்ந்திருப்பவனின் வேதனைகளை சம்பந்தம் இல்லாத ஒருவன் பார்க்கும் போது அவனால் வருத்தப்பட்டு கொண்டிருப்பவனின் வலியை உணர இயலாது.

இதுவே வருத்தப்பட்டவனுக்கு நெருங்கிய உறவாக இருந்தால், வருத்தப்பட்டு கொண்டிருப்பவனின் வலியை உணர முடியும். அது ஏற்படுத்திய தாக்கத்தையும் உணர்ந்து கொள்ள முடியும்.

ஆகவே வலியில் இருப்பவனின் தாக்கத்தை உணர்ந்திருந்தால் மட்டுமே ஆறுதல்களை கூற வேண்டும் என்ற பக்குவத்தை கற்றுக்கொள்ள வேண்டும்.

43) சாதனையாளன்

“முயற்சிக்கு

தடைகள் இயல்பே;

அதை தகர்ப்பவனே

சாதனையாளன்”

வெற்றியை அடைவதற்கு நாம் ஒரு வழியை தேடிக் கண்டுபிடித்து அதன் போக்கில் சென்றால், விதியோ அல்லது அடுத்தவர் செய்யும் சதியோ நமது வழியை தடுப்பதற்கு பல தடைகளை ஏற்படுத்தும்.

ஆனால் அத்தடைகளை தடம் புரள செய்து அதனை தகர்த்து எறிந்து வெற்றி காண்பவனே, சோதனையை சோதிக்க வைத்து சாதனையை ஏற்படுத்தும் சாதனையாளன் ஆவான்.

ஆகவே எவ்வளவு தடைகள் வந்தாலும் மனம் தளராது, கடைசி வரை போராடி வெற்றி பெற்று சாதனையாளனாக வாழ கற்றுக்கொள்ள வேண்டும்.

44) வீரன்

“ஓடி ஒளிந்து

பிழைத்துக் கொள்வதை

விட, உடைத்தெறிந்து

மாட்டிக் கொள்வதே

வீரனுக்கு அழகு”

ஒரு காரியத்தில் இறங்கி விட்டு, அக்காரியம் தோல்வியை நோக்கிச் செல்லும் போது எப்படியாவது வெற்றி பெற வேண்டும் என்ற எண்ணத்தில் குறுக்கு வழியை கையாளுவது அல்லது தோல்வியை கண்டு பயந்து ஓடி ஒளிந்து கொள்வது கோழையின் செயலாகும்.

மாறாக தோல்வியை நோக்கிச் சென்றாலும், நெஞ்சை நிமிர்த்தி கடைசி வரை ஒற்றை ஆளாக போராடி வெற்றி காண்பவனே உண்மையான வீரன் ஆவான். அவனே மக்கள் போற்றும் தலைவன் ஆவான் என்பதை உணர்ந்து செயல்பட கற்றுக்கொள்ள வேண்டும்.

45) தவிர்ப்பு

“வார்த்தைக்கு வார்த்தை

பேசுவதை விட,

வார்த்தையை குறைத்து

வாழப் பார்”

ஆயிரம் காரணங்கள் மற்றும் விளக்கங்களை எடுத்துக் கூறியும் அதனை புரிந்து கொள்ளாமல் நம்மை எதிர்த்து பேசி வருபவர்களை நாமும் எதிர்த்து பேசி எதிரியாக்கினால் நமக்கும் அவர்களுக்கும் வித்தியாசம் என்ன..?

அதற்கு பதிலாக அவரிடம் எடுத்துரைப்பது நமது முகத்தில் நாமே சேற்றை பூசுவதற்கு சமமென கருதி அவர்களை விட்டு விலகி தனியாகி விடலாம்.

இதனால் அந்த சமயத்துல் ஏற்படும் தேவையற்ற விவாதங்களை தவிர்த்து விடலாம். இது அவர்களை சாந்தப்படுத்துவதோடு மாற்றவும் முயற்சிக்கும் என்பதை உணர கற்றுக் கொள்ள வேண்டும்.

46) தாராளம்

"தாராளமாக உன்னிடமிருந்து

கிடைத்தால் மட்டுமே,

தாமதமின்றி மற்றவரிடமிருந்து

கிடைக்கும்"

ஒன்றை எதிர்பார்த்து நம்மை தேடி வருபவர்க்கு அவர் கேட்கும் முன்னே, அவர் கேட்க விரும்பியதை அவருக்கு பரிசாக தந்து அழகு பார்ப்பது கூட வேண்டாம், தாரளமாக கொடுப்பதற்கு மனமிருந்தாலே இன்றைய காலகட்டத்தில் போதுமானதாகும்.

அப்போது தான் நமக்கு ஏதேனும் சிக்கல் வரும் போது அதில் அவர்கள் தம்மால் இயன்ற உதவியை செய்ய முன்வருவர்.

ஈகை குணம் உன்னிடம் இருந்தால் மட்டும் தான் மற்றவரிடமிருந்து ஈகை குணம் வெளியாகும் என்பதை கற்றுக்கொள்ள வேண்டும்.

47) பொறுமை

"வெறுத்து ஒதுக்கி

தள்ளினால் அறிவிலியாவீர்,

பொறுத்து செதுக்கி

அள்ளினால் அறிவாளியாவீர்"

ஆம். அவர்கள் செய்தது தவறு தான். ஆனால் அதற்காக அவர் செய்த தவறை மன்னிக்காமல் அவர் திருந்தி வரும் போது அவரை உதாசீனப்படுத்துவது, அல்லது அவரை வெறுத்து ஒதுக்குவது அறிவானவர்களின் செயல் அல்ல.

வெறுப்பதோடு மட்டுமல்லாமல் திருந்தி வரும் போது காயப்படுத்தி அனுப்புவது மனிதநேயமற்ற செயலாகும்.

அவர் செய்த தவறின் காரணமாக வெறுத்து ஒதுக்குவதை விட, மன்னித்து பெருந்தன்மையுடன் நடந்து கொள்வது உறவை மேம்படுத்தும் என்பதை உணர்ந்து வாழ கற்றுக்கொள்ள வேண்டும்.

48) உன்னையறிந்தால்

"உனக்குள் உன்னை

தேடி சென்றால்

உலகம் உன்னை

தேடும்"

வெற்றி பெற்ற பலரை கேட்டு பார்த்தாலோ அல்லது அவர்கள் வந்த பாதையை ஆராய்ந்து பார்த்தாலோ ஒரு விஷயம் தெளிவாக விளங்கும்.

அவர்களால் என்ன முடியும், அவர்களுடைய பலம் என்னவென்பதை அவர்கள் தங்களுக்குள்ளே ஆராய்ந்து பார்த்து அதன் பின்னர் வெற்றியை நோக்கி காய் நகர்த்தி இருப்பர்.

இது வெற்றியை பெற்று தருவதோடு மட்டுமல்லாமல் உலகமே அவர்களை திரும்பி பார்க்கும் தனித்துவம் மிக்க சாதனையாளனாக மாற்றும் என்பதை புரிந்து வெற்றி பெற கற்றுக்கொள்ள வேண்டும்.

49) உண்மை

"உண்மைக்கு

புறம்பானவை

தொடக்கத்தில் இனிக்கும்,

ஆனால்

இறுதியில் கசந்து விடும்"

நெருங்கிய உறவை காப்பாற்றிக் கொள்ளவோ அல்லது இக்கட்டான சூழ்நிலையில் இருந்து தப்பித்து கொள்ளவோ கூறும் பொய்யானது, அச்சமயத்தில் வேண்டுமானால் உதவி புரியக் கூடும். தற்காலிகமாக காப்பாற்றிக் கொடுக்கும்.

நமது மனமும் சிக்கலில் இருந்து வெளிப்பட்டு விட்டோம், பொய் நம்மை காப்பாற்றி விட்டது என்று எண்ணி விடும். ஆனால் அதனால் ஏற்படும் பாதிப்பானது இறுதியில் தடுமாற்றம் அடைய வைத்து மீளாத துயரத்தில் ஆழ்த்தி விடும் என்பதே நிதர்சனம் என்பதை உணர்ந்து வாழ கற்றுக்கொள்ள வேண்டும்.

50) உழைப்பு

"வாழ்க்கை உன்னதமாக

விடிவை

தேடியோடும் உழைப்பாளியை

போல் இரு"

வாழ்க்கையில் உயர்ந்த இடத்திற்கு செல்ல நினைப்பவனின் முயற்சியோ, அல்லது சாதனை புரிய வேண்டுமென போராடுபவனின் முயற்சியோ தடைகளை காணும் போது சோர்ந்து அங்கேயே அமர்ந்து விடுவது போல் இருத்தல் கூடாது.

"என்று தான் நமக்கு விடிவு காலம் பிறக்கும்..?" என்ற ஏக்கத்துடன் கடினமாக முயற்சி செய்து சம்பாதிக்கும் உழைப்பாளியின் முயற்சியை போன்று இருத்தல் வேண்டும்.

அப்போது தான் ஒளிமயமான, உன்னதமான வாழ்க்கையானது நம்மை தேடி வரும் என்பதை உணர்ந்து வாழ கற்றுக்கொள்ள வேண்டும்.

51) கடைபிடித்தல்

“ஒன்றை தொடங்குவது

எளிது

ஆனால் கடைபிடிப்பது

கடினம்”

இத்தகைய வேலையை இவ்வாறு செய்து முடித்தால் இந்த அளவு ஊதியம் கிடைக்குமென கருதி அதை தொடங்குவது மிகவும் எளிது.

ஏனெனில் அனைவருக்கும் இத்தகைய இயல்பு எதார்த்தமே. ஆனால் அத்தகைய காரியத்தை கடைபிடித்து வெற்றி பெறுவது என்பது எல்லோராலும் இயலாது.

எவனொருவன் "இதனை நான் தொடங்கி விட்டேன், கட்டாயம் முடித்தே தீருவேன் என்ற வேட்கையோடு செயல்படுகிறவனே அதில் வெற்றி காண்பான்", என்பதை உணர்ந்து வாழ கற்றுக்கொள்ள வேண்டும்.

52) நிலையாமை

"விரும்புவதை வெறுக்கவும் செய்;

இன்று நீ விரும்புவது

நாளை மற்றவருடையது

ஆகி விட்டால்?"

எந்த பொருளின் மீதும் அளவற்ற ஈடுபாட்டையோ அல்லது பாசத்தையோ காட்டாதீர். அவை கொடுக்கும் போது ஏற்படும் மகிழ்ச்சியை விட, மற்றொருவரால் எடுக்கப்படும் போது ஏற்படும் வலியே அதிகம்.

ஏனெனில் இன்று உனக்கென எழுதி வைக்கப்பட்ட பொருள் நாளை மற்றவருக்கென மாற்றி எழுதி வைக்கப்படும். முன் எச்சரிக்கையுடனும், சுதாரிப்புடனும் இருப்பதே பின்னர் எந்த விதமான காயத்திற்கும், துன்பத்திற்க்கும் வலிவகுக்காது. எதுவும் இந்த உலகில் நிரந்தரமில்லை என்பதை கற்றுக்கொள்ள வேண்டும்.

53) நண்பன்

"உன் மேல் உனக்கே

நம்பிக்கை இல்லாத நேரத்தில்,

உன் பக்கமிருந்து உனக்கு

உற்சாகமூட்டுபவனே உனது நண்பன்"

"என்ன வாழ்க்கை இது..?, எதை தொட்டாலும் தோல்வியில் தான் சென்று முடிகிறது.., நம்மால் இனி எதுவும் முடியாதா அல்லது நம்மால் எதிலும் ஜெயிக்க இயலாதா..?" என்று மனதுக்குள் புலம்பிக் கொண்டிருக்கும் தன் நண்பனை அவ்வாறு காண இயலாது, வருத்தப்படுபவனே சிறந்த நண்பன்.

அவன் பக்கமிருந்து "நான் உனக்கு துணையாக இருக்கிறேன், அடுத்த முயற்சியில் நீ கட்டாயம் வெற்றி பெறுவாய்" என்று தன்னம்பிக்கை நிறைந்த வார்த்தைகளை கூறி தட்டிக் கொடுப்பவனே உண்மையான நண்பன் என்பதை உணர்ந்து உண்மை நண்பர்களிடம் பழக்கம் வைக்க கற்றுக்கொள்ள வேண்டும்.

54) தவறு

"தவறு மற்றவரிடம்

இருந்தால்

தயக்கமின்றி உணர்த்தி விடு;

தவறு உன்னிடம்

இருந்தால்

தயக்கமின்றி திருத்தி விடு"

தனக்கு நெருங்கிய உறவோ அல்லது தனக்கு மிகவும் வேண்டப்பட்டவரோ தவறு செய்யும் போது அதை கண்டும் காணாமல் இருப்பது அவர்கள் தவறான வழியில் செல்வதற்கு நாமும் உடந்தையாக இருப்பது போன்றதாகும்.

தவறுகளைக் கண்டு தயக்கமின்றி அவருக்கு உணர்த்தி விடுவதே உண்மையான நட்பு. அதே போல் தவறு உன்னிடம் இருப்பதை மற்றவர் சுட்டிக் காட்டினால் தயங்காமல் அதனை திருத்தி விட முயற்சி செய்ய கற்றுக்கொள்ள வேண்டும்.

55) குறிக்கோள்

"குறிக்கோளோடு உள்ளேன்

என்று கூறுவதை விட,

குறிக்கோளை அடைந்து விட்டேன்

என்று கூறு"

"இத்தகையவற்றை இத்தகைய நேரத்தில் இந்த முறையில் சிறப்பாக செய்து முடிப்பேன் என்பது எனது வாழ்நாள் குறிக்கோளும், லட்சியமுமாகும்" என்று மற்றவரிடம் பெருமையாக கூறுவது உனக்குள் வேண்டுமானால் மகிழ்ச்சியை தரலாமே தவிர, அதை கேட்பவர்க்கு மகிழ்ச்சியை தராது.

மாறாக கூறிய அந்த குறிக்கோளையும், லட்சியத்தையும் அடைந்து விட்டு அவர்களிடம் பெருமையாக கூறுவதை தான் அவர்களும் விரும்புவர். எனவே செய்ய நினைத்ததை செய்து முடித்த பின் சொன்னால் தான் உலகம் ஏற்கும் என்பதை கற்றுக்கொள்ள வேண்டும்.

56) தேவை

“தேவை கருதி

தேடுபவரை

தண்டிப்பதை விட,

துண்டித்து விடு”

ஏதேனும் வேண்டுமென்றாலோ அல்லது நம்மால் ஏதேனும் காரியம் ஆக வேண்டுமென்றாலோ மட்டும் தான் பலருக்கு நமது நியாபகம் வரும்.

அத்தகைய சமயங்களில் அவர்கள் நடிக்கும் நடிப்பினை காணும் போது ஏதேனும் ஆயுதம் கொண்டு அவர்களை தண்டித்து விடலாம் என்றே நமக்கு தோன்றும்.

ஆனால் நமது கோபத்தினை கட்டுப்படுத்தி அவர்களை தண்டிக்காமல் அவர்களது உறவினை துண்டித்து விடுவதே சாலச்சிறப்பாகும் என்பதை உணர்ந்து வாழ கற்றுக்கொள்ள வேண்டும்.

57) பிறர் தேடா பொருள்

"மகிழ்ச்சி தான்,

பிறர் தேடா பொருளாக

இருக்கும் வரை"

ஏதேனும் ஒன்றை நாடி நம்மிடம் வந்த ஒருவருக்கு அவரே எதிர்பாராத வண்ணம் அவர் கேட்ட உதவியினை மிக சிறப்பாக செய்து கொடுத்ததற்கு பரிசாக ஒவ்வொரு காரியத்திற்கும் நம்மை நாடி வருவதை அவர்கள் வாடிக்கையாக்கி கொண்டனர்.

அதுவரை நிம்மதியாக சென்று கொண்டிருந்த நட்பில், அதன் பின்னர் பல முகசுழிப்புகள் நடைபெறத் தொடங்கும்.

அதுவே நட்பில் பிரிவு ஏற்படுவதற்கும் காரணமாக அமைந்து நமக்கும் தொல்லையை ஏற்படுத்தி விடுகிறது.

பிறர் தேடாத பொருளாக இருக்கும் வரை தான் மகிழ்ச்சி என்பதை உணர கற்றுக்கொள்ள வேண்டும்.

58) தேடி வருபவை

“நம்மைத் தேடி வரும்

அனைத்தும்,

ஒரு காலத்தில் நாம்

தேடிச் சென்றவை தான்”

இன்று சமூகம் மதிக்கும் மதிப்புமிக்க இடத்தில் இருக்கும் நம்மை தேடி பலர் வருவதும் வாலாட்டுவதுமாக இருப்பர். ஆனால் ஒரு காலத்தில் நாம் அவர்களை தேடி சென்ற போது, நம்மை ஏறி மிதித்து அசிங்கப்படுத்தி இருப்பர்.

மிகவும் கஷ்டப்பட்டுக்கொண்டிருந்த போது அதைக் கண்டு ஏளனமாகவும் சிரித்திருப்பர். வெளியில் ஆறுதல் சொல்வது போல் கூறி விட்டு, உள்ளுக்குள் பூரித்துக்கொண்டிருப்பர்.

ஆகவே அனைத்தும் நம்மை தேடி வருபவையாக மாற்றியமைப்பவனுக்கே இங்கு மதிப்பு அதிகம் என்பதை உணர்ந்து வாழ கற்றுக்கொள்ள வேண்டும்.

59) மருந்து

"இனித்தாலும்

விஷமாவர் பலர்;

கசந்தாலும்

மருந்தாவர் சிலர்"

இன்று நாம் வாழும் இந்த உலகத்தில் பலர் நம்மை நேரம் கிடைக்கும் போது தரம் தாழ்த்தி விட நினைப்பவர்களாக தான் இருப்பர். அதற்காக அவர்கள் நடிக்கும் நாடகமானது நம்மையே மயங்க வைக்கும் அளவிற்கு இருக்கும். நாம் செய்யும் தவறுகளை கூட சுட்டிக்காட்டாமல் அதனை மேலும் செய்வதற்கு வழிவகுப்பர்.

நம்முடைய நலனை கருத்தில் கொண்டு ஒரு சிலர் நமது தவறுகளை சுட்டிக்காட்டுவர். ஆனால் நாமோ அது கசப்பதை அறிந்து பொய்யின் பக்கம் சாய்வோம். தடம்மாறி விடுவோம். எனவே கசந்தாலும் உண்மையின் பக்கம் இருக்க கற்றுக்கொள்ள வேண்டும்.

60) அன்பு

"தேடிச் செல்லும் பொருளுக்கு

நீ காட்டும் அன்பை,

உன்னைத் தேடி வரும் பொருளின்

மீது காட்டு"

அன்பென்பது ஒரு பக்கமாக இருத்தல் கூடாது. உனக்கு பிடித்த ஒரு பொருள், ஆனால் அது உனக்கு கிடைக்காத இடத்திலோ அல்லது அடைய முடியாத இடத்திலோ இருப்பது கண்டு அந்த பொருளுக்காக அடம்பிடித்து வருந்துவதை விட, அப்பொருளின் மீது காட்டும் அன்பினை உன்னை தேடி வந்து உன் கையிலே இருக்க நினைக்கும் பொருளின் மீது காட்டு.

அத்தகைய பொருள் என்றும் உன்னை விட்டு நீங்காமல் உனக்கு மகிழ்ச்சியினை பெற்றுத் தரும். நீ வாடும் போதும் வருத்தப்படும் போதும் மனதுக்கு ஆறுதலாகவும், ஆதரவாகவும் இருக்கும் என்பதை உணர்ந்து வாழ கற்றுக்கொள்ள வேண்டும்.

61) கவனம்

"அமைதியாக தான்

உள்ளேன்;

ஆனால் எதையும்

கவனிக்காமல் இல்லை"

வெற்றி பெற்றவர் அல்லது சமூகத்தில் மதிப்புமிக்க இடத்தில் வாழ்பவரின் சிந்தனைகளும் செயல்களும் மற்றவரைக் காட்டிலும் வேறுபட்டவையாக தெரியும். மற்றவர் செய்யும் செயல்களை அல்லது நடக்கும் நிகழ்வுகளை தெளிவாக கவனிப்பர்.

ஆனால் அதை பற்றி ஏதேனும் கருத்து தெரிவிப்பதோ அல்லது எதிர்ப்பு காட்டுவதோ எதுவும் இல்லாமல் அமைதியாக இருப்பர். நேரம் வரும் போது வெளிப்பட்டு வெற்றி பெற்று வாகை சூடுவர். ஆகவே நிதானமாக பொறுமையுடன் செயல்பட்டு அவர்களை போல் சாமர்த்தியமாக வாழ கற்றுக்கொள்ள வேண்டும்.

62) செயல்பாடு

"உனக்கென ஒரு பாதையும்,

உனக்கென ஒரு குறிக்கோளும்

கொண்டு செயல்படு;

தேவையானவை தேடி வரும்"

உனக்கென ஒரு பாதையையும், குறிக்கோளையும் முதலில் உருவாக்கு. அதன் பின் உன்னுடைய செயல்பாடானது லட்சியத்தையும், குறிக்கோளையும் கவனத்தில் கொண்டதாக மட்டுமே இருத்தல் வேண்டும்.

அவ்வாறு இருந்தால் தான் அத்தகைய குறிக்கோளை அடைவது எளிதானதாகவும், தேவையானவை தானாக உன்னை தேடி வரவும் உதவி புரியும்.

இவற்றை உணர்ந்து குறிக்கோளையும், பாதையையும் தெளிவாக வடிவமைக்க கற்றுக்கொள்ள வேண்டும்.

63) வேற்றுமை

"எந்தெந்த செயல்களில்

மற்றவர்களை விட

வேறுபட்டுத் தெரிகிறாயோ

அந்தந்த செயல்களில்

அதிக நாட்டத்தை ஏற்படுத்து"

ஒரு செயலில் நீ ஈடுபடுவது கண்டு மற்றவர்கள் எப்போது ஆச்சரியப்பட்டு உன்னை பாராட்டுகிறார்களோ அந்த செயலில் உனது தனித்தன்மை வெளிப்படுவதுடன், அசாத்திய திறமையும் வெளிப்படுகிறது என்பதை உணர்ந்து கொள். அந்த செயலின் மீது உனது ஆர்வத்தை பெருக்கி கொண்டு செயல்பட தொடங்கினால் வெற்றி நிச்சயம்.

ஆகவே உனக்கு பிடித்த துறையை தேர்ந்தெடுத்து அதில் உன் கவனத்தை செலுத்தி சாதிக்க கற்றுக்கொள்ள வேண்டும்.

64) பணிவு

"ஒன்றை உணர்ந்து

கொள்;

பணிவுடன் இருப்பவன்

கோழை அல்ல"

மற்றவர்கள் தனக்கு ஏற்படுத்தும் தீமைகளையும், அவமானங்களையும் பொறுத்துக் கொண்டு அமைதியாக பணிவுடன் செல்பவன் கோழை என்று நினைப்பது முட்டாள்தனமே.

ஏனெனில் அவர்கள் ஒதுங்கிச் செல்வதற்கு பின் பல காரணங்கள் இருக்க கூடும். அவர்கள் சரியான தருணத்தை எதிர்பார்த்து பதுங்கி வாழக்கூடும். சமயம் பார்த்து காத்திருக்கக் கூடும்.

இன்று ஒதுங்கியும் பதுங்கியும் இருப்பவர்கள் நாளை பாயக் கூடும் என்பதை உணர்ந்து வாழ கற்றுக்கொள்ள வேண்டும்.

65) ஏக்கமும் வருத்தமும்

“திரும்ப கிடைக்காதா

என்று ஏங்கியவர்களை விட,

திரும்ப கிடைத்ததே

என்று வருந்தியவர்கள் தான் அதிகம்”

நீங்கள் பல சமயங்களில் தொலைத்த பொருளுக்காக அதிகம் வருந்துவீர்கள். தூக்கத்தை தொலைத்து வாடுவீர்கள். அச்சமயங்களில் இதனை மறவாமல் நினைவில் கொள்ளுங்கள்.

ஒன்றை தேடி அலைந்து கிடைக்காமல் தன்னை விட்டு விலகி சென்றதால் வருத்தம் அடைந்தவர்களை விட, இவை நமக்கு கிடைத்ததற்கு கிடைக்காமல் இருந்திருந்தால் மகிழ்ச்சியாக இருந்திருப்பேனோ என்று யோசித்து வருந்தியவர்கள் தான் இன்றைய காலகட்டத்தில் அதிகம் உள்ளனர் என்பதை உணர்ந்து வாழ கற்றுக்கொள்ள வேண்டும்.

66) பாரம்பரியம்

“பாரம்பரியத்தை பராமரிக்க

குடும்பத்தின் மீது காட்டும்

பாசத்தை

உறவுகளின் மீதும் காட்டு”

நமது தமிழகத்தின் பாரம்பரியம் மிகவும் பழமையானது மட்டுமல்லாமல் மிகவும் சிறப்பானதும் கூட. நமது பாரம்பரியம் கண்டு வெளி மாநில மக்களும் ஆச்சரியப்படுவர்.

அத்தகைய பாரம்பரியத்தை பாதுகாக்க வேண்டுமானால் தன் குடும்பத்தின் மீது காட்டும் பாசத்தினை தன்னை நாடி வரும் உறவுகளின் மீதும் காட்ட வேண்டும்.

இங்கே உறவென்பது நம்மை சுற்றி, நம்முடன் வாழும் நமது சுற்றத்தாராகும். அடுத்த வீட்டில் உள்ளவரோடு அருமையான நட்பு இருப்பது அவசியம் என்பதை கற்றுக்கொள்ள வேண்டும்.

67) மன உறுதி

“அனைத்து சூழ்நிலைகளிலும்

மன உறுதியுடன்

இருந்தால், இருப்பாய் உலகம்

போற்றும் மனிதனாக"

தான் கஷ்டப்பட்டு உழைத்து, பாடுபட்டு சேர்த்த செல்வம் எல்லாம் தன் கண் முன்னே அழிகிறது என்று கூறுவதையே இங்கு பலரால் தாங்க இயலாது.

ஆனால் தன் கண் முன்னே அனைத்தும் இழந்தும் அது கண்டு வருத்தப்படாமல் மன உறுதியுடன் இருப்பவர் தான் உண்மையில் இரும்பு மனிதன்.

அவரை எவராலும் அசைத்திடவும் இயலாது, தோற்கடிக்கவும் இயலாது. மன உறுதி இருந்தால் எத்தகைய துன்பத்தையும் கடந்து வந்து விடலாம் என்பதை உணர்ந்து மன உறுதியுடன் வாழ கற்றுக்கொள்ள வேண்டும்.

68) மனித இயல்பு

“தேடுகிறான்

என்று தெரிந்த பின்னரும்

தேட வைப்பதே

மனித இயல்பு”

நமக்கு மிகவும் பிடித்தவர் அல்லது நம் அன்பிற்கு பாத்திரமானவர் என்றாலே, அவர் மீது நமக்கு தனி பிரியம் தான். அவருடன் ஏதாவது கோபமென்றாலோ அல்லது சண்டையென்றாலோ நமது மனமானது சிறிது நேரத்தில் அந்த கோபத்திலிருந்து சாந்தமாகி சரியாகி விடும்.

ஆனால் அந்த மனமானது போலியாக சாந்தமடையாதது போல் தோற்றமளித்து, அவர் தேடுகிறார் என அறிந்தும் அவரை தொடர்ந்து தேட வைக்கும் விசித்திர குணம் படைத்தது என்பதை உணர்ந்து மனதை கட்டுப்படுத்தி வாழ கற்றுக்கொள்ள வேண்டும்.

69) குறிக்கோள்

“குறிக்கோளோடு

செயலை தொடங்குபவனே,

குறையில்லாமல்

செய்து முடிப்பான்”

"ஒன்றை இவ்வாறு தொடங்கி, நான் இவ்வாறு தான் இதனை செய்து முடிப்பேன்" என்று தொடங்கும் முன்பே தெளிவாக திட்டமிட்டு அதற்கேற்றார் போல் செயல்படுபவன் சறுக்கல்களை மிக எளிதில் சந்திக்க மாட்டான்.

ஏதோ முயற்சியில் தொய்வு ஏற்பட்டதால் வெற்றியில் தாமதம் ஏற்பட்டிருக்கலாமே தவிர, குறிக்கோளை அடைவதில் அவனுக்கு எந்தவித சிக்கலும் ஏற்படாது.

எனவே குறிக்கோள் என்னவென்பதை முடிவு செய்து விட்டு செயலில் ஈடுபட கற்றுக்கொள்ள வேண்டும்.

70) மாற்றம்

"ஏமாற்றம் பல சமயங்களில்

மாற்றத்தை தந்தால்,

மாற்றம் பல சமயங்களில்

வெற்றியை தரும்"

சிலர் பல காரியங்களில் மிகுந்த நம்பிக்கையுடன் இறங்கி கடின உழைப்பை அதில் செலுத்தி இருப்பர். ஆனால் அவர்கள் செலுத்திய உழைப்பிற்கேற்ற பலன் அவர்களுக்கு கிடைத்திருக்காது.

காரணம் அவர்கள் முயற்சியிலும், உழைப்பிலும் தவறிருந்திருக்காது. மாறாக ஒரே விதமான செயலை தான் திரும்ப திரும்ப செய்திருக்க கூடும். அத்தகைய சமயங்களில் ஆபத்தை கருதாது மாற்றத்திற்கு அனுமதி தந்தால் வெற்றி வீடு தேடி வரும் என்பதை உணர்ந்து கற்றுக்கொள்ள வேண்டும்.

71) மோகமும் சோகமும்

"வெற்றியின் மோகம்

வீழ்ச்சிக்கு வழிவகுக்கும்

தோல்வியின் சோகம்

வளர்ச்சிக்கு வழிவகுக்கும்"

ஒரு சிலர் அனைத்து போட்டிகளிலும் வெற்றி பெற்று தோல்வியே சந்திக்காதவராக இறுதிக்கு வருவார். ஆனால் ஒரு சிலர் அடிபட்டு தோல்வி ஏற்பட்டு கஷ்டப்பட்டு கடினப்பட்டு இறுதிக்கு வந்திருப்பார். இருவருக்குமான மோதலில் தோல்வியால் அனுபவப்பட்டவரே அதில் வென்றிருப்பார். காரணம், தோல்வியால் துவண்ட நபர் வெற்றி ஒன்றையே குறிக்கோளாக கொண்டு செயல்பட்டிருப்பார் மற்றவரோ வெற்றி மயக்கத்தில் போட்டியில் கவனம் செலுத்தியிருக்க மாட்டார் என்பதை உணர்ந்து வெற்றி பெற்றாலும் அதனால் போதை ஏற்படாதவாறு இருக்க கற்றுக்கொள்ள வேண்டும்.

72) அடி

"அடிபட்டு வந்தவனுக்கு
மட்டுமே, மீண்டும்
அடிபடாமல் இருப்பது
எவ்வாறென்று தெரியும்"

பலர் கூறுவர் ஆழமறியாமல் காலை விடாதே என்று. அதுவும் சரி தான்.

ஆனால் அத்தொழிலின் தன்மையறியாமல் உள்ளே சென்று அடிபட்டு வந்தவனை கேட்டு பாருங்கள்.

அத்தொழிலின் குருவை விட அவன் தெளிவாக கூறுவான் அத்தொழிலின் அபாயமென்னவென்று. பின் பாருங்கள் அவன் மாறுவான் குருவாக.

ஆகவே அடிபட்டு வந்தவனுக்கு அனுபவம் அதிகம் என்பதை உணர்ந்து துணிச்சலோடு முடிவெடுத்து வாழ கற்றுக்கொள்ள வேண்டும்.

73) கடுமை

“போட்டிகள்

கடுமையாக இருந்தால் மட்டுமே

அசாத்திய திறமைகளும்,

அளவற்ற சாதனைகளும் வெளிவரும்”

வெற்றி பெற்றவர்கள் ஒரு சில சமயம் "நினைத்ததை விட எளிதாக தான் போட்டி இருந்தது", என்று கூறுவர். அத்தகைய போட்டிகளில் சுவாரஸ்யமும் இருக்காது, கடுமையும் இருக்காது.

நமக்கு சரிநிகர் பலத்துடன் திகழ்பவரிடம் வெற்றி பெறுவதே உண்மையான வெற்றியாகும். அந்த வெற்றியே நீண்ட நாள் நிலைத்து நிற்கும்.

போட்டியென்பது நீயா நானா என்பது போல் இருந்தால் மட்டுமே அசாத்திய திறமைகளும், அளவற்ற சாதனைகளும் வெளிவரும் என்பதை உணர்ந்து தகுதியானவரோடு போட்டியிட கற்றுக்கொள்ள வேண்டும்.

74) அளவு கடந்து

"அளவு கடந்த பாசம்

அளவு கடந்த சுயநலத்தை

அளவு கடந்து கொடுப்பதால்

அளவாக கொடு பாசத்தை"

அனைவரின் மேலும் நமக்கு அன்பும் பாசமும் இருக்கும். ஆனால் ஒரு சிலர் மீது தான் நமக்கு அளவுகடந்த பாசம் இருக்கும். பல சமயங்களில் அதுவே நமக்கு இன்னலாக அமைந்து விடுகிறது. அவர்கள் மீது கொள்ளும் அளவு கடந்த பாசமானது நம்மை சுயநலமாக்கி விடுகிறது.

சுயநலம் நன்றாக இருக்கும் நட்பில் கூட பிரிவை ஏற்றி விடும் கொடிய நஞ்சாகும். இதன் காரணமாக மற்றவர் மேல் அவர் பாசம் கொண்டாலும், நமக்கு அது கோபத்தை ஏற்படுத்தி பிரிவுக்கு காரணமாக அமைந்து விடுகிறது என்பதை உணர்ந்து அளவோடு வாழ கற்றுக்கொள்ள வேண்டும்.

75) போலி உலகம்

"தேவையென்றால் நாடுவதும்
இல்லையென்றால் சாடுவதும்,
அப்பப்பா அடேங்கப்பா
இது போலியான உலகமப்பா.."

ஒரு சிலர் தனக்கு தேவையென்றால் அதற்காக காலை பிடிக்கவும், மரியாதை செய்யவும் தயங்க மாட்டார்கள். ஆனால் அப்படி மரியாதை செய்வதெல்லாம் காரியம் நிறைவேறும் வரை மட்டும் தான்.

காரியம் நிறைவேறி விட்டால் காலில் போடும் செருப்பென கருதி ஒதுக்கி விடும் அயோக்கியர்களாக மாறி விடுகின்றனர்.

தேவைக்காக மட்டுமே பேசும், பழகும் நியாயமற்ற, ஒழுக்கமற்ற போலி உலகமாக இந்த உலகம் மாறி வருகிறது என்பதை உணர்ந்து நாமாவது போலியற்று வாழ கற்றுக்கொள்ள வேண்டும்

76) சுயநலம்

“அன்று

தனக்கு பிடித்தவை,

இன்று

பிடிக்காமல் போக

சுயநலமே காரணமாக அமைகிறது”

ஒரு காலத்தில் இவன் இல்லாமல் தன்னால் வாழ முடியாது என்று எண்ணும் அளவுக்கு நட்பால் பின்னிப்பினைந்திருந்தவர்கள் இன்று நேரில் பார்த்த போதும் கூட ஒரு வார்த்தையும் பேசாமல் செல்கிறார்கள்.

அதற்கு மூலக்காரணம் சுயநலமே. அத்தகைய சுயநலத்தால் நட்பில் பிளவுபட்டு இன்று வாடி வருந்துகின்றனர்.

சுயநலத்தை குறைத்துக் கொள்வது தான் நட்பை காப்பாற்றிக் கொடுக்கும் என்பதை புரிந்து மதித்து வாழ கற்றுக்கொள்ள வேண்டும்.

77) தரமான மனிதன்

"தரமான மனிதர்களிடம்

தன்னம்பிக்கையும், உற்சாகமும்

மற்றவர்களை விட

சற்று அதிகமாகவே இருக்கும்"

அனைத்து சூழ்நிலைகளையும் திறம்பட கையாளுபவனையே தரமான மனிதன் என இவ்வுலகம் கருதுகிறது. அத்தகைய தரமிக்க மனிதர்களின் செயல்பாடானது மற்றவர்களை விட சற்று வித்தியாசமாகவே இருக்கும்.

ஒன்றை செய்து அது தோல்வியை தழுவினால் மற்றவர்கள் இதனை விட்டு வேறொன்றை நோக்கிச் செல்வர்.

ஆனால் இவர்களோ வெற்றியடையும் வரை அதனை விட்டு விலக மாட்டர் என்பதை உணர்ந்து தரம் மிக்க மனிதனாக வாழ கற்றுக்கொள்ள வேண்டும்.

78) நிம்மதி

"பணப்பையில்

லஞ்சமிருப்பவர்களுக்கும்,

மனப்பையில்

வஞ்சமிருப்பவர்களுக்கும்

நிம்மதி என்பதே இராது.."

அளவுக்கு அதிகமாக பணத்தை சேர்த்து மன்னிக்கவும் பதுக்கி, அரசுக்கு கணக்கு காட்டாமல் வாழ்பவனுக்கு, எப்போதும் பயத்தில் தான் வாழ்க்கை சென்று கொண்டிருக்கும்.

அதை போல இவனை எப்போது ஏமாற்றுவது, எவ்வாறு ஏமாற்றலாம் என்று வஞ்சத்துடன் வாழ்பவனுக்கும், எங்கே மற்றவர்கள் நம் திட்டத்தை கண்டுபிடித்து விடுவார்களோ என்ற பயத்தில் தான் வாழ்க்கை சென்று கொண்டிருக்கும். நிம்மதி என்பதே இவர்களுக்கு இராது என்பதை உணர்ந்து லஞ்சமற்றவர்களாகவும், வஞ்சமற்றவர்களாகவும் வாழ கற்றுக்கொள்ள வேண்டும்.

79) சந்தர்ப்பம்

"சந்தர்ப்பங்களை

தனக்கேற்றவாறு

மாற்றிக் கொள்பவனே

வெற்றி பெறுவான்.."

நடந்து கொண்டிருக்கும் சூழல் தனக்கேற்றவாறு அமையவில்லையெனில் அந்த நொடியே மனமுடைந்து விடுபவர்கள் தான் அதிகம் உள்ளனர். ஆனால் அத்தகைய நெருக்கடியான சூழலை திறம்பட கையாண்டு மோசமான சந்தர்ப்பத்தையும் தனக்கேற்றவாறு மாற்றிக் கொள்பவனே யாரும் எதிர்பாராத வெற்றியை பெற்று மனதில் நீங்காத இடம் பெறுகிறான்.

சந்தர்ப்பத்தை பயன்படுத்தி சாமர்த்தியமாக சாதிப்பது எவ்வாறென்பதை உணர்ந்தால் வெற்றிக்கு பலவகையிலும் பயன் தரும் என்பதை கற்றுக்கொள்ள வேண்டும்.

80) வானம் உனக்காக

“வானம் உனக்காக

மற்றவர்களின்

நிறையை பாராட்டி,

உன்னுடைய

குறையை சீராக்கு”

இன்றைய உலகில் மற்றவர்களை குறை கூறுவதிலும், புரளி பேசுவதிலுமே பலருக்கு அவர்களுடைய நேரம் சென்று விடுகிறது.

தங்களது பொன்னான நேரத்தை இவ்வாறு வீணடிப்பதை விட்டு விட்டு, மற்றவர்களின் நிறையை அறிந்து, அதை பாராட்ட கற்றுக் கொள்ளுங்கள்.

முடியவில்லை என்றால், உங்களது தவறுகளையாவது திருத்திக் கொள்ள முயற்சி செய்யுங்கள். அவ்வாறு செய்தால் மட்டுமே வானம் உனக்காகும் என்பதை உணர்ந்து வாழ கற்றுக்கொள்ள வேண்டும்.

81) உண்மையானவன்

“உண்மையாக வாழ்பவனுக்கு

நட்பு வட்டமும்

சிறிதே

நண்பர்களும் குறைவே..”

எந்தவொரு சூழ்நிலையிலும் உண்மைக்கு புறம்பாக எதையும் செய்ய மாட்டேன் என்ற வைராக்கியத்தோடும், பிடிவாதத்துடனும் வாழ்பவருக்கு இந்த உலகம் தரும் பரிசு தனிமையே.

ஆம், அவர்களுக்கு நட்பு வட்டம் மிகவும் குறுகியதாக தான் இருக்கும். அவர்களுடன் பழகுபவர்களும் நெருக்கமாக இருக்க மாட்டார்கள்.

ஆனால் அதையும் கடந்து மன உறுதியுடன் மெய்யாக வாழ்பவர்களே உலகம் மெச்சும்படி வாழ்வார்கள் என்பதை உணர்ந்து வாழ கற்றுக்கொள்ள வேண்டும்.

82) தீர்மானம்

"உனக்கென்று

தீர்மானம் எடு;

அதற்கேற்றவாறு

செயல்படு;

வாழ்க்கை வழிகாட்டும்"

"ஏதோ பிறந்து விட்டோம், அனைவரும் வாழ்கிறார்கள், எனவே நாமும் வாழ்வோம்", என்று இந்த ஜென்ம பிறப்பிற்கு அர்த்தமில்லாமல் வாழ்வது சரியல்ல.

உனக்கு பிடித்த துறையை கண்டுபிடித்து அதில் சில தீர்மானங்களை தேர்ந்தெடுத்து, அதற்கேற்றவாறு செயல்பட்டு பாருங்கள்.

அதன் பின் சாதனைக்கான வழியை, வாழ்க்கையே உனக்கு காட்டி விடும் என்பதை உணர்ந்து தீர்மானத்துடன் வாழ கற்றுக்கொள்ள வேண்டும்.

83) போலி

"நுனி நாக்கில் அன்போடு

அடி மனதில் வஞ்சத்தோடு

நண்பர்கள் என்னும் பெயரோடு

போலிகள் பலர்.."

"உனக்கு இல்லாததா, உன்னால் முடியாததா, உன்னைப் போன்ற ஒருவனை காண இயலுமா, உனக்காக எதையும் செய்வேன்" என்று நுனிநாக்கில் அன்புடன் பலர் பேசுவார்கள்.

ஆனால் உண்மையில் அடி மனதில் "இவன் எப்போது தோற்பான்?, இவனுக்கு எதற்கு நான் உதவ வேண்டும்?, இவனை எப்போது தோற்கடிப்பது?", என்ற வக்கிர புத்தியுடன் தான் பலர் திரிகின்றனர் என்பதை உணர்ந்து யாரிடமும் ஏமாறாமல் தலைநிமிர்ந்து வாழ்வதற்கான வழியை கற்றுக்கொள்ள வேண்டும்.

84) உண்மைமுகம்

“சில

தருணங்களில்

சிலரின்

உண்மைமுகங்கள்

சிறப்பாக வெளிப்படும்..”

நாமாக எதையும் வற்புறுத்தியோ அல்லது ஆராய்ந்தோ கண்டுபிடிக்கவோ அல்லது நோட்டமிட்டு தெரிந்து கொள்ளவோ தேவையில்லை.

ஏனெனில் சமயம் வரும் போது அந்த ஆண்டவனே ஒரு சிலரின் உண்மைமுகத்தை உலகத்தின் முன் வெட்ட வெளிச்சமாக்கி விடுவார்.

அப்போது அவர்களின் முகத்திரை தானாக கிழிக்கப்படும் என்பதால் பொறுமையாக காத்திருந்து செயல்பட கற்றுக்கொள்ள வேண்டும்.

85) தவறு

"கடந்ததை நினைப்பது

தவறென்றால்

கடந்ததை மறப்பதும்

தவறே.."

"நடந்த முடிந்ததை பற்றி ஏன் நினைத்து கொண்டிருக்கிறாய்? அது தான் முடிந்து விட்டதல்லவா? ஆகவே நடந்ததை பற்றி கவலைப்படாமல் அதனை மறந்து விட்டு அன்றாட வேலையை செய்ய தொடங்கு" என்பர் சிலர்.

நடந்ததை மறப்பதில் தவறல்ல. ஆனால் அது என்ன கற்றுக் கொடுத்தது என்பதை துளியும் நினைத்து பார்க்காமல் இருப்பது தான் தவறு. கடந்ததில் இருந்து கற்றுக்கொண்ட அனுபவங்கள் ஏதாவது ஒரு வகையில் பயன் தரும் என்பதை உணர்ந்து கடந்த பக்கத்தை மனதில் பதிய கற்றுக்கொள்ள வேண்டும்.

86) கஷ்டம்

“ஆறுதல்

கிடைத்தாலும்

அனுபவிப்பவனுக்கே

வலிக்கும்”

மன வேதனைகள் அனைத்தையும் ஆறுதல்களால் சரி செய்து விட முடியாது. பல சமயங்களில் தனிமை ஒன்றே அதற்கு தீர்வாக அமையும்.

"இதை விட்டால் என்ன, இதை விட பல காரியங்களில் உன்னால் சாதிக்க இயலும், துவண்டு விடாமல் மீண்டும் முயற்சி செய்" என்று பலரிடமிருந்து ஆறுதல்களை பெறுவான்.

இருந்த போதும் அன்று அவனுக்கு ஏற்பட்ட தோல்வியை மறக்க முடியாமல், ஜீரணிக்க முடியாமல் அவன் படும் பாடு அவனுக்கு மட்டுமே விளங்கும் என்பதை உணர்ந்து மன வேதனையை பகிர்ந்து வாழ கற்றுக்கொள்ள வேண்டும்.

87) உலகம்

“உலகைப் பற்றி உனக்குள்

சிந்தித்தால்,

உன்னைப் பற்றி உலகம்

சிந்திக்கும்”

இந்த உலகத்தில் எவ்வாறு செயல்பட்டால் வெற்றி பெற முடியும், சாதிக்க முடியும் என்பதை உனக்குள் சிந்தித்து அதற்கேற்ற வண்ணம் செயல்பட தொடங்கு. செயல்பட தொடங்கிய பின் விடாமுயற்சியையும், தன்னம்பிக்கையையும் கைவிடாது பின்பற்ற வேண்டும்.

வெற்றிகள் உன்னை தேடி வர தொடங்கும். அதன் பின் உலகை பற்றி நீ சிந்திக்க தேவையில்லை. உலகம் உன்னை பற்றி சிந்திக்க துவங்கும்.

ஆதலால் உன்னை பற்றி சிந்தித்து, வாழ்க்கையின் வெற்றிக்கான வழியை தேடி வாழ கற்றுக்கொள்ள வேண்டும்.

88) ஏமாற்றம்

“உண்மையானவர்கள்

ஏமாற்றம் அடைவார்கள்;

ஆனால்

ஏமாற்ற மாட்டார்கள்”

"எதற்கும் எதிலும் உண்மை தான் எனது குறிக்கோள், இவர்கள் என்றும் நம்மை போல உண்மையானவர்களாக தான் இருப்பார்கள்", என்று மற்றவர்கள் மேல் அளவு கடந்த நம்பிக்கை வைத்து செயல்படுபவர்கள் யாரையும் ஏமாற்றுவதற்கு துளி கூட எண்ண மாட்டார்கள்.

இவர்கள் பேசும் பேச்சிலும் பொய் தென்படாது. செய்யும் செயல்களிலும் போலிகள் தென்படாது.

மாறாக மற்றவர்களால் ஏமாற்றம் வேண்டுமானால் அவர்களுக்கு ஏற்படக் கூடும் என்பதை அறிந்து ஏமாற்றாமலும், ஏமாறாமலும் வாழ கற்றுகொள்ள வேண்டும்.

89) தனி ஒருவன்

"உறவுக்காக ஏங்கி

வருத்தப்படுவதை விட,

தனி ஒருவனாக

வாழ்ந்து விடு"

"நம்முடன் ஒருவரும் நட்புடன் பழகவில்லையே, நமக்கு உறவென்று சொல்ல ஒருவருமில்லையே" என்று நாள்தோறும் ஏங்கி வருந்துவது முட்டாள்தனம். "நம்மை தட்டிக் கேட்க ஒருவருமில்லை, நமது வீட்டில் நாமே ராஜா" என்ற தன்னம்பிக்கையுடன் தனியாக வாழ்ந்து பார்.

எவர்க்கும் தலை வணங்காமல், தலை நிமிர்ந்து சமூகத்தில் மற்றவர்கள் மதிக்கும் வண்ணம் வாழ்வது தான் சிறப்பு.

ஆதலால் தனியாக வாழ்ந்தாலும் தன்னம்பிக்கையுடன் வாழ கற்றுக்கொள்ள வேண்டும்.

90) மனித இயல்பு

“உண்மைக்கு

புறம்பென்றாலும்

தமக்கு உரியவருக்காக

பொய்யும் புழக்கமாகும்”

"அவர் செய்தது தவறு, இத்தவறுக்கு கட்டாயம் தண்டனை பெற்று தான் ஆக வேண்டும்" என்ற சூழ்நிலையிலும், அவர் செய்தது உண்மைக்கு புறம்பாகவே இருந்தாலும், தம்மவர் அல்லது தமக்கு வேண்டியவர் என்பதால் அவரை காப்பாற்ற பொய்யையும், குறுக்கு வழியையும் நாடிச் செல்வது தான் மனிதர்களின் குணம்.

ஆனால் அது இதுவரை பெற்றிருந்த மரியாதையை குறைத்து விடும்.

நமக்கானவரே பொய்யுரைத்தாலும் நாம் சரியாக நடந்தால் தான் தர்மம் தலைகாக்கும் என்பதை கற்றுக்கொள்ள வேண்டும்.

91) புறக்கணிப்பு

"புறப்பட்ட காரியம்

பூர்த்தியாக,

புறம் பேசுபவனை

புறக்கணித்து விட்டு செல்"

இதனை சென்று இன்றே முடித்தாக வேண்டும் என்ற நம்பிக்கையுடன் துணிச்சலாக சென்று கொண்டிருக்கும் போது எவரேனும் புறம் பேசி உன்னை தளர்ச்சியடைய செய்தால், "இவர்களைப் போன்றவர்கள் இவ்வாறு பேசிக் கொண்டிருப்பதற்கு மட்டும் தான் உபயோகப்படுவார்கள்", என்று நினைத்துக் கொண்டு அவர்களை புறக்கணித்து விட்டுச் சென்றால் நினைத்தவை நிச்சயம் பூர்த்தியாகும்.

புறக்கணிக்க வேண்டும், ஆனால் எங்கெங்கே புறக்கணிக்க வேண்டும் என்பதை அறிந்து புறக்கணிக்க கற்றுக்கொள்ள வேண்டும்.

92) தொலை

"தொலைந்து போக நினைப்பவரை

தொலைந்து போக விடு;

இல்லையெனில் உன் நிம்மதி

தொலைந்து போகும்"

நம்மை விட்டு விலகி இருக்க முடிவு செய்தவர்களிடம் நீங்கள் என்ன தான் வாதாடி பேசினாலும் அவர்களின் மனம் மாறாது. அவர்களை மாற்ற சென்று உங்களை நீங்களே காயப்படுத்தி நிம்மதியை தொலைத்துக்கொள்வீர்கள்.

ஆகவே உங்களை விட்டு செல்ல நினைப்பவரை அவர் போக்கில் தொலைந்து போக விட்டு, நிம்மதியோடு இருங்கள்.

தொலைப்பது தவறென்று கூறுவார்கள். ஆனால் எதை தொலைக்கிறோம் என்பதே இங்கு தீர்மானிக்கப்படுகிறது என்பதை உணர்ந்து வாழ கற்றுக்கொள்ள வேண்டும்.

93) தேன்

"தேன் தான் நான்.

என்னை

சுவைப்பதும் கடினம்;

சுவைத்த பின்

மறப்பதும் கடினம்.."

நல்ல மனம் கொண்டவர்கள் தேனைப்போன்ற குணம் கொண்டவர்களாக இருப்பார்கள். ஆம், உண்மை தான். அவர்களை எளிதில் நட்பாக்கி கொள்ள இயலாது. ஆனால் கடினப்பட்டு நட்பாக்கி கொண்டால் அவர்களை விட்டு விலகுவது என்பது இயலாத ஒன்றாக மாறி விடும். அதன் பின்பு ஏதேனும் மனக்கசப்பு ஏற்பட்டாலும் மற்றவரால் இவரின் பிரிவை நிச்சயம் தாங்க இயலாது.

முன் கோபத்தால் பல நல்ல நட்புகளை இழக்க நேரிடும் என்பதால் கோபத்தை குறைத்து வாழ கற்றுக்கொள்ள வேண்டும்.

94) நேர விரயம்

“உனக்கானது உன்னை

தேடி வரும்;

அதற்காக எதிர்பார்ப்பதும் ஏங்குவதும்

நேர விரயமே..”

"இவை எனக்கு கிடைத்தால் மிகவும் மகிழ்ச்சியாக இருக்குமே, இவை மட்டும் இன்று என்னிடம் இருந்திருந்தால் என்னை யாராலும் சாய்த்திருக்க இயலாது", என்று எண்ணுவதெல்லாம் முட்டாள்தனமே.

மாறாக அவற்றை அடைவதற்கு என்ன வழி என்பதை ஆராய்ந்து திட்டமிட்டு அதனை செயல்படுத்துவதற்கு முயல வேண்டும்.

உனக்கானவற்றின் தேவை உன்னை நாடி சரியான தருணத்தில் வந்து சேரும். அதற்காக ஏங்குவதும், எதிர்பார்ப்பதும் நேர விரயமே என்பதை புரிந்து நிம்மதியோடு வாழ கற்றுக்கொள்ள வேண்டும்.

95) காயம்

“உண்மையில்

பலர் காயப்படுவதில்லை;

ஆனால்

காயம் அடைந்தது போல்

மற்றவர்களை காயப்படுத்துகின்றனர்”

ஒரு சிலர் மிகவும் சிறிய விஷயத்திற்காக வருந்துவது ஏதோ பிரளயமே வந்து சென்றதற்காக வருந்துவது போல இருக்கும்.

ஆனால் அதற்காக மற்றவரையும் நிம்மதியாக இருக்க விடுவதில்லை. மற்றவர்களின் நிம்மதியையும் கெடுத்து விடுகின்றனர். அவர்கள் அவ்வாறு செயல்படுவது நிச்சயம் வேறு ஏதேனும் ஆதாயத்திற்காக தான் இருக்கும்

ஆகவே அவர்களை போன்றவர்களின் தொடர்பை தவிர்ப்பதே நலம் என்பதை உணர்ந்து வாழ கற்றுக்கொள்ள வேண்டும்.

96) ஆறுதல்

"சிலரது வார்த்தைகள் தமக்கு

உதவியாக இருப்பதை விட,

ஆறுதலாக இருப்பதை தான்

பலரும் விரும்புகின்றனர்"

இன்றைய உலகத்தில் பலரிடமிருந்து உதவியை எதிர்பார்ப்பதை விட ஆறுதல் மிக்க வார்த்தையினை தான் நாடுகின்றனர்.

உதவி செய்யும் கையினை விட, ஆறுதல் கூறும் நாவிற்கு தான் இன்றைய உலகில் மதிப்பு அதிகமாக உள்ளது. அவர்களின் நிலையை உணர்ந்து உண்மையாக ஆறுதலை தெரிவியுங்கள். மற்றவர் வாடுவது கண்டு மகிழாதீர்கள்.

ஆகவே மற்றவர்கள் வருந்தும் போது உதவி செய்ய இயலா விட்டாலும் ஆறுதல் மிக்க வார்த்தைகளையாவது கூற கற்றுக்கொள்ள வேண்டும்.

97) ஆசை

“ஆசை கொள்

தவறல்ல; ஆனால்

தகுதியானவற்றின் மீது

ஆசை கொள்”

ஆசை கொள்வது தவறல்ல. பேராசை கொள்வது தான் தவறு. ஆனால் ஆசை கொள்வதிலும் ஒரு சில முறைகள் இருக்க தான் செய்கிறது. அதாவது தகுதியானவற்றின் மீது ஆசை கொள்வது. ஏனோதானோவென்று ஏதோவொன்றின் மீது ஆசை கொள்வதில் அர்த்தமில்லை.

ஆசைப்பட்டால் அதை அடைய வேண்டும். அதற்கான உறுதியை மனதில் உருவாக்கி முயற்சித்து வெற்றி காணும் வழியை தேட வேண்டும். தகுதியானவற்றின் மீது ஆசை கொள்வதற்கு உழைப்பு என்னும் தகுதி உள்ளது என்பதை உணர்ந்து உழைப்பென்னும் தகுதியை வளர்க்க கற்றுக்கொள்ள வேண்டும்.

98) மனிதாபிமானம்

*"மனிதாபிமானம் என்னும்
வார்த்தையில் தான்
நல்லவர்கள் வாழ்ந்து
கொண்டிருக்கிறார்கள்"*

இன்று எங்கு பார்த்தாலும் பொய், புரளி, பொறாமை நிறைந்தவர்களின் எண்ணிக்கை தான் அதிகம் உள்ளது. அவர்களின் அநியாயங்களும், அட்டூழியங்களும் பெருகிக் கொண்டே செல்கிறது. தர்மம் என்னும் வார்த்தையே காணாமல் போகும் நிலைக்கு வந்து விட்டோம்.

ஆனால் அதிலும் நல்லவர்கள் வாழ்கிறார்கள் என்றால் அது மனிதாபிமானம் என்ற ஒற்றை வார்த்தையினால் தான். சிறந்த மனிதனின் முக்கிய தகுதியே மனிதாபிமானம் தான் என்பதை உணர்ந்து மனிதாபிமானத்துடன் வாழ கற்றுக்கொள்ள வேண்டும்.

99) சந்திப்பு

"சில நேரங்களில்

சந்திப்பே

பிரிவுக்கும்

காரணமாகி விடுகிறது.."

நேரில் கூடி பேசுவது பல சமயங்களில் தீர்வை தந்தாலும், ஒரு சிலருக்கு பாதிப்பை ஏற்படுத்தி விடுகிறது. நீண்ட நாட்கள் சண்டைக்கு பின்னர் மீண்டும் சந்திப்பதால் உறவு மீட்கப்படும் என்று கருதிய வேளையில், வீண் பிடிவாதத்தால் சண்டை அதிகமாகி நிரந்தர பிரிவை தந்து விடுகிறது.

பிரச்சனையற்று நட்பு நீடிக்க வேண்டுமெனில் பிடிவாதம் முற்றிலும் தவிர்க்கப்பட வேண்டும். விட்டுக்கொடுத்து வாழ்வதில் தான் நன்மையும் உள்ளது சுகமும் உள்ளதுஎன்பதை உணர்ந்து பிடிவாதத்தை தவிர்த்து வாழ கற்றுக்கொள்ள வேண்டும்.

100) இரக்கம்

“இரக்கம் உள்ளவரிடம்

மட்டும்

இறங்கி வா; இல்லையெனில்

ஏறி மிதித்து விடுவர்”

அனைத்து இடங்களிலும் பொறுமையாக அமைதியாக சென்று விடுவது உங்களை அடிமையாக கூட பல சமயங்களில் மாற்றி விடும்.

ஆகவே எப்போது பொறுமையாக இருக்க வேண்டும், எப்போது பொங்கி எழ வேண்டும் என்பதை அறிந்து அதற்கேற்ப செயல்பட்டால் மட்டுமே இந்த உலகில் தாக்குப்பிடிக்க இயலும். இரக்கம் துளியும் இல்லாதவர்களிடம் இறங்கிச் செல்வதால் நமக்கு பயனேதுமில்லை என்பதை உணர்ந்து இடத்திற்கு தகுந்தவாறு செயல்பட கற்றுக்கொள்ள வேண்டும்.